வரலாற்றில்

கண்ணகி

இரா. மன்னர் மன்னன்

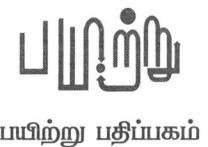

பயிற்று

பயிற்று பதிப்பகம்

வரலாற்றில் கண்ணகி
இரா. மன்னர் மன்னன் ©

Varalatril Kannagi
R. Mannar Mannan ©

1st Edition: Dec 2024; 2nd Edition: Jan 2025
Pages: 168   Price: Rs. 200
ISBN: 978-81-957532-7-7

Published by:
Payitru Pathippagam, Chennai.
Mobile: 8925095553
E-mail: payitru2012@gmail.com

Front Cover Drawing
Gva

Book Layout & Cover Design by
Visual Vinodh - 9500149822

All rights reserved. No part of this publication may be reproduced, stored in a retrieval system, or transmitted in any form or by any means, electronic, mechanical, photocopying, recording, or otherwise, without the prior written permission of the Author/ publisher.
The views expressed in this work are solely those of the author.

நூல் வெளியீட்டு நிதி உதவி:
சிட்னி தமிழ் மன்றம், ஆஸ்திரேலியா.

நுழைவாயில்...

மிக இளம் வயதில் திருக்குறள், கம்பராமாயணம் ஆகிய நூல்களைத் தொடர்ந்து எனக்கு அறிமுகமான இன்னொரு இலக்கியப் பெட்டகம் சிலப்பதிகாரம். சிலம்பிலே மூழ்கி முத்தெடுத்த அறிஞர்களான ஔவை நடராசன், கவிமாமணி இளையவன், நெல்லை கண்ணன் உள்ளிட்டோரிடம் சிலப்பதிகாரம் குறித்த ஐயங்களை நேரில் கேட்டுத் தெளிவடையும் வாய்ப்புகள் பின்னர் கிடைத்தது நான் பெற்ற வரம்.

2008ஆம் ஆண்டு சென்னைக் கம்பன் கழகத்தின் கல்லூரி மாணவர்களுக்கான மாநில அளவிலான போட்டிகளில் சிலப்பதிகார இலக்கியத்தில் பேச்சு, கட்டுரை ஆகிய இரண்டிலுமே மாநில அளவில் முதல் பரிசு பெற்றதுதான் சிலப்பதிகாரம் சார்ந்து நான் பெற்ற முதல் அங்கீகாரம்.

ஆனால், இலக்கிய மேடைகளில் கம்பனும் வள்ளுவனும் பேசப்படும் அளவுக்கு இளங்கோ பேசப்படுவதில்லை என்ற கசப்பான உண்மையாலும் சிலப்பதிகாரம் பேசும் 'தமிழர் நாடு' என்ற கருதுகோளைப் பலராலும் ஏற்கமுடிவதில்லை என்பதாலும் சிலப்பதிகாரத்தைப் பேசவும் எழுதவும் எனக்கு அதிக வாய்ப்புகள் கிடைத்தது இல்லை.

மேடைகளும் அங்கீகாரங்களும் கிடைக்காத போதும் சிலப்பதிகாரத்தைத் தொடர்ந்து வாசிக்க வைத்தது அதில் உள்ள வரலாற்றுத் தரவுகள்தான். கனகசபைப் பிள்ளை அவர்கள் தனது '1800 ஆண்டுகளுக்கு முற்பட்ட தமிழகம்' வரலாற்று நூலில் சிலப்பதிகாரத்தைத்தான் முக்கியக் காலம் காட்டும் கருவியாகப் பயன்படுத்தி இருந்தார். ஆனால் அவருக்குப் பின்னர் சிலப்பதிகாரம் வரலாற்று நோக்கிலும் அதிகம் பயன்படுத்தப்படவில்லை என்பது கவலை தந்தது.

ஆனாலும் சிலப்பதிகாரத்தை வரலாற்று நோக்கில் அணுகி ஆய்வு செய்தால் அதை மக்கள் வாசிப்பார்களா? தமிழ் நூல்களின் சந்தையில் புனைவுகள் விற்கும் அளவுக்கு வரலாறுகளோ இலக்கியங்களோ விற்பது இல்லை என்ற நிலையில் இலக்கியத்தின் வரலாறு விற்பனையாகுமா? எனப் பல கேள்விகள் எனக்குள் எழுந்தன. ஒவ்வொரு வரலாற்று நூலையும் எழுதத் தேவைப்படும் நீண்ட கால அளவும், அதிகரிக்கும் அச்சு செலவுகளும் இந்தக் கேள்விகளின் காரணங்களாக இருந்தன.

அதேநேரம் அண்மைக்காலங்களில் ஏற்பட்டுள்ள தமிழ்த்தேசியத்தின் எழுச்சியானது 'தமிழ்த்தேசியக் காப்பியம்' என அழைக்கப்படும் சிலம்பின் வாசிப்பிலும் வெளிப்படும் என்ற நம்பிக்கையும் அவ்வப்போது தோன்றி மறைந்தது. இந்த நிலையில் ஆஸ்திரேலியாவின் சிட்னி தமிழ் மன்றம் என்னை அணுகி அவர்களது சிலப்பதிகார மாநாட்டிற்காக ஒரு நூலை எழுத இயலுமா? என்று கேட்டபோது காலம் எனக்கு ஏதோ ஒரு தூதை அனுப்பியது போல உணர்ந்தேன். அதன் விளைவாக நீண்டகாலமாக எடுக்கப்பட்ட குறிப்புகளைக் கொண்டு, இரண்டு மாதத் தீவிர எழுத்துப் பணியில் இந்த நூலைச் செதுக்கியுள்ளேன்.

இந்த நூல் சங்ககாலம் குறித்தும் கண்ணகி குறித்தும் சிலப்பதிகாரம் குறித்தும் ஏற்கெனவே எழுதப்பட்டுள்ள பல வரையறைகளை மாற்றியமைக்கும் என நம்புகிறேன். தமிழகத்தில் தமிழர்கள் ஆட்சிக்கு வந்தால், தமிழக வரலாற்றுச் சான்றுகளை ஆவணப்படுத்த உதவும் வழிகாட்டியாகவும் இந்நூல் மாறக்கூடும்.

மிகக் குறுகிய காலத்தில் எழுதப்பட்ட நூல் ஆதலால் இதனை விரித்து எழுதும் எண்ணமும் உண்டு. வாசகர்கள் இந்நூல் குறித்த தங்கள் கருத்துகளையும் ஐயங்களையும் பகிர்ந்து கொண்டால் அவை மறுவெளியீட்டில் கவனத்தில் கொள்ளப்படும்.

எனது அனைத்து வரலாற்று நூல்களிலும் இலக்கியங்களுக்கு ஒரு இடம் இருக்கும் என்றாலும், நேரிடையாக இலக்கியத்தில் கால்வைத்து நான் எழுதும் முதலாவது நூல் இது. தமிழர் வரலாற்று மீட்பிற்கான இன்னொரு முயற்சியும் கூட. இதனை வாசித்தும் இந்நூல் குறித்துப் பேசியும் இந்நூலை வரவேற்பீர்கள் என நம்புகிறேன்.

தோழமையுடன்,

இரா.மன்னர் மன்னன்.

இரா.மன்னர் மன்னன் – குறிப்பு

தஞ்சையைப் பூர்வீகமாகக் கொண்ட இரா.மன்னர் மன்னன் கடந்த 2009ஆம் ஆண்டில் விகடனால் 'மிகச்சிறந்த மாணவப் பத்திரிகையாளர்' எனத் தேர்வு செய்யப்பட்டவர். 2010ஆம் ஆண்டில் விஜய் தொலைக்காட்சியின் 'தமிழ்ப் பேச்சு எங்கள் மூச்சு' நிகழ்ச்சியில் பங்கேற்று முதல் 12 இடங்களுக்குள் வந்தவர். சென்னை இலயோலா கல்லூரியில் ஊடகக் கலைகளில் முதுகலைப் பட்டம் பெற்றவர். இவர் கடந்த 2012ஆம் ஆண்டு முதல் ஊடகம், விளம்பரம் மற்றும் திரைப்படம் ஆகிய துறைகளில் பணியாற்றி வருகிறார்.

மறுபுறம் இவர் காப்பியங்கள், புராணங்கள், சங்க இலக்கியங்களில் நல்ல அறிமுகம் உள்ளவர். இவரது இலக்கிய அறிவை மாணவப் பருவத்திலேயே அங்கீகரித்த சென்னைக் கம்பன் கழகம் இவருக்கு மாநில அளவிலான 23 பரிசுகளையும், 'கம்பன் அடிப்பொடி சா.கணேசனார்' விருதையும் வழங்கியது. முன்னாள் மத்திய அமைச்சர் வீரப்ப மொய்லி கன்னடத்திலே எழுதிய இராமாயணத்தின் சுந்தரகாண்டப் பகுதி 2012ஆம் ஆண்டில் இவராலேயே தமிழில் மரபுக் கவிதையாக ஆக்கம் பெற்றது.

வரலாற்றிலும் முதுகலைப் பட்டம் பெற்றுள்ள இரா.மன்னர் மன்னன் தென்னிந்தியாவின் குறிப்பிடத்தகுந்த நாணய ஆய்வாளர்களில் ஒருவர். இவரது 20 ஆண்டுகால நாணயச் சேகரிப்பு தமிழக அளவில் மிகப் பெரியது. இதில் கி.மு.4ஆம் நூற்றாண்டு முதல் கி.பி.18ஆம் நூற்றாண்டு வரையில் தமிழகத்தில் புழங்கிய நாணயங்கள் காலவாரியாக ஆவணப்படுத்தப்பட்டுள்ளன. அவற்றில் பல நாணயங்கள் இவரே கண்டறிந்தவை. இதற்காகப் பல்வேறு விருதுகளையும் பாராட்டுகளையும் இவர் பெற்றுள்ளார்.

இவரது வரலாற்று ஆய்வுகள் 'பயிற்று படைப்பகம்' என்ற யூடியூப் வலைத்தளத்தில் வெளியாகி பெரும் வரவேற்பைப் பெற்று உள்ளன.

இவரது எழுத்தில், கடந்த 2016ஆம் ஆண்டில் பல்லவர்களின் பூர்வீகம் என்ன என்பதை முழுதாக விளக்கிய முதல் நூலாக 'பல்லவர் வரலாறு' வெளியானது. 2017ஆம் ஆண்டில் பணத்தின் உண்மை வரலாற்றை விளக்கும் 'பணத்தின் பயணம்' நூலும், 2018ஆம் ஆண்டில் கொங்குநாட்டில் ராக்கெட் தொழில்நுட்பங்கள் உருவானதை நிறுவிய 'ஆயுத தேசம்' நூலும் வெளிவந்து பெரும் வரவேற்பைப் பெற்றன.

மேலும் 2018ஆம் ஆண்டில் தனது வரலாற்றுக் கட்டுரைகளின் தொகுப்பாக 'வரலாற்றில் சில திருத்தங்கள்' என்ற நூலையும், 2020ஆம் ஆண்டில் விளம்பரங்களின் வரலாற்றையும் உளவியலையும் கூறும் 'விளம்பர வேட்டை' நூலையும் 2023ஆம் ஆண்டில் சோழ அரசர் ஆதித்த கரிகாலன் படுகொலை செய்யப்பட்டதன் பின்னணியை விளக்கும் 'ஆதித்த கரிகாலன் கொலை' நூலையும் இவர் எழுதியுள்ளார்.

இவர் தனது நூல்களுக்காகத் தமிழக அரசின் தமிழ் வளர்ச்சித்துறை விருது, வா.செ.குழந்தைசாமி அறக்கட்டளையின் தமிழ் மேம்பாட்டு விருது, சோழர் வரலாற்று ஆய்வு மையத்தின் அருமொழி விருது - உள்ளிட்ட விருதுகளைப் பெற்றுள்ளார்.

~

உள்ளே...

1. கண்ணகியும் கேள்விகளும்....................... 11
2. பிற அரசர்களின் காலம்......................... 35
3. கண்ணகியின் காலம் - கணக்கீடுகள் 56
4. இளங்கோவடிகளின் காலம் 65
5. சிலப்பதிகாரம் காலமும் சூழலும்........... 88
6. எங்கே கண்ணகிக் கோட்டம்?............... 126

1

கண்ணகியும் கேள்விகளும்...

சிலப்பதிகாரம் ஒரு வரலாற்று நிகழ்வா? கண்ணகி என்பவர் வாழ்ந்தவரா அல்லது கற்பனையா? என்ற கேள்விகள் சிலரால் காலம்காலமாக எழுப்பப்படுகின்றன. மூவேந்தர்களின் காலத்தில் அவர்கள் முன்பாகவே உலவிய நூலில், அவர்களுக்கே வராத பல ஐயங்கள் இவர்களுக்கு வருகின்றன.

சிலர் கண்ணகியும் சிலப்பதிகாரமும் முழுவதும் கற்பனைதான் எனப் பொது மேடைகளில் பேசுகிறார்கள். கண்ணகியின் வரலாற்றையும் தமிழ் அரசர்கள் இமயம் வரை சென்று வந்த பெருமையையும் அழிக்கப் பொது மேடைகளில் 'இமய மலையில் கல்லே இல்லை' என்று பேசும் இடத்துக்குத் தமிழின வெறுப்பாளர்கள் வந்துவிட்டார்கள். அடுத்து இமயம் என்று ஒரு மலையே இல்லை என்று இவர்கள் பேசினாலும் ஆச்சரியப்பட ஏதுமில்லை. கண்ணகியின் வரலாறு சிலருக்கு அவ்வளவு உறுத்துகிறது.

பிராமணர்கள் கண்ணகியை வடக்கில் இருந்து வந்த தெய்வம் என்கிறார்கள்.

சிலப்பதிகாரத்தைக் குழப்ப என்றே பல நூல்களை எழுதிய மு.இராகவையங்கார் அவர்கள் தேவகணத்துப் பெண்களான மேனகை, ஊர்வசி உள்ளிட்ட 11 பேர்களில் ஒருவரான கர்ணிகை என்ற தேவதையின் வழிபாடுதான் கண்ணகி வழிபாடானது என எழுதினார்.

பி.டி.சீனிவாச ஐயங்கார் **'தமிழில் எழுதப்பட்ட முதல் காப்பியம் சிலப்பதிகாரம். காப்பிய வடிவம் சமஸ்கிருதத்திலிருந்து கடன் வாங்கப்பட்டது'** என்றும்

'சிலப்பதிகாரம் முதல் இரு காண்டங்கள் நனிமிகச் சிறந்த வீர காவிய நூலாகவும் மூன்றாவது காண்டம் தானே கற்பித்துக் கொண்ட ஒரு வீரனின் வெற்றிப் பெருஞ்செயல்கள் பற்றிய கற்பனைக் கதையாகவும் இருவேறு ஆசிரியர்களால் இயற்றப் பெற்ற இருதனி நூல்களைக் கொண்டதாம் என்ற என் முடிவினைத் திரும்பவும் வற்புறுத்திக் கூறுகிறேன்' என்றும் தனிப்பட்ட வன்மத்தை அள்ளித் தெளித்தார். மூன்றாவது காண்டமான வஞ்சிக்காண்டத்தில் ஆரிய அரசர்கள் சேரர்களால் கைது செய்யப்பட்டதை பி.டி.சீனிவாச ஐயங்காரால் ஏற்றுக் கொள்ள இயலவில்லை என்பது இதில் வெளிப்படுகிறது.

சிங்களர்கள் கண்ணகியை வெளிநாட்டில் இருந்து வந்த தெய்வம் என்கிறார்கள். சிங்கள ஆய்வாளர் கணநாத் ஒபய சேகர **'கண்ணகி வழிபாடு எகிப்தில் இருந்து வந்தது'** என்று திருவாய் மலர்ந்தது ஒரு எடுத்துக்காட்டு.

தமிழக திராவிட இயக்கப் பிறமொழியாளர்கள் கண்ணகி குறித்து பேசியவற்றிலும் எழுதியவற்றிலும் இங்கு குறிப்பிடவே முடியாத தரத்தில் உள்ளவை நிறைய.

எடுத்துக்காட்டாக ஈ.வெ.ராமசாமி அவர்கள் 22.7.1951 அன்று சேலம் பொதுக்கூட்டத்தில் ஆற்றிய உரையின் சில பகுதிகள்:

'இந்த சிலப்பதிகாரம் எப்படி அமைந்திருக்கிறது என்றால் ஆபாச மூட நம்பிக்கை, ஆரியக் கருத்துகளை உட்கருத்தாகக் கொண்டு நல்ல தமிழ் அமைப்பை உடையாகக் கொண்டு தேவடியாளுக்குச் சமமாக அதாவது தேவடியாள் எப்படி பார்ப்பதற்கு அலங்காரமாக இருப்பாளோ, ஆனால் உள்ளே போய்ப் பார்த்தால் உள்ளமெல்லாம் வஞ்சகம் நிறைந்தும் உடலெல்லாம் நோய் கொண்டும் உடையால், அணியால் மக்களை ஏய்த்துப் பிழைத்துக் காணப்படுவாளோ அது போலதான் இந்த சிலப்பதிகாரமுமாகும்.

இது என்ன புத்தி? மார்பைக் கையில் திருகினால் வந்துவிடுமா? இந்தப்படி நடந்த சங்கதியும், அனுபவமும் சிலப்பதிகாரம் தவிர வேறு எதிலும் எங்கும் காணக் கிடைக்கவில்லை. அந்தப்படி திருகிப் பிடுங்கின மார்பு வீசி எறிந்தால் அது நெருப்புப் பற்றிக் கொள்ளுமா? அதில் பாஸ்பரஸ் இருக்குமா? இந்த மூட நம்பிக்கைக் கற்பனையானது என்ன பயனைக் கொடுக்கிறது?' *(விடுதலை, 27.07.1951).*

மறுபக்கம், கண்ணகி என்ற ஒரு உண்மையான பெண்ணின் வரலாற்றை இளங்கோவடிகள் வேண்டுமென்றே மிகைப்படுத்தி எழுதிவிட்டார் என்று கருதுவோர் உண்டு. கண்ணகி என்ற மானுடப் பெண்ணை இளங்கோவடிகள் கடவுளாக்கப் பார்த்தார் என்று பேசுவோரும் உண்டு.

தமிழக வரலாறு தவிர, தமிழ் இலக்கிய அமைப்பிலும் சிலப்பதிகாரம் ஒரு முக்கியத் திருப்புமுனையாகக் கூறப்படுகின்றது. இன்றும் தமிழகத்தில் 'மாய எதார்த்தவாதம் (magical realism)' என்ற இலக்கியப் பாணிக்கு உள்நாட்டு எடுத்துக்காட்டாக சிலப்பதிகாரமே காட்டப்படுகின்றது. தங்கலான் திரைப்படம் வந்தபோதுகூட சிலர் இதனைக் குறிப்பிட்டார்கள். மாய எதார்த்தவாதம் என்ற முறையை இளங்கோவடிகள் கையில் எடுத்ததே வரலாற்றில் கற்பனையைக் கலக்கத்தான் எனக் கூறுவோரும் உண்டு.

பெரும்பாலான தமிழ் அறிஞர்கள் சிலப்பதிகாரம் உண்மையாக நடந்த நிகழ்வைத் தழுவிதான் எழுதப்பட்டது என்பதை ஏற்றுக் கொண்டாலும் அந்த நிகழ்வின் காலம் கி.பி.2ஆம் நூற்றாண்டு என்று வரலாற்றைப் பின்னே தள்ளுகிறார்கள்.

சிலப்பதிகாரம் என்பது முழுவதும் கதையா அல்லது வரலாறா? கதையும் வரலாறும் கலந்த கலவை அது என்றால், சிலப்பதிகாரத்தில் எது கதை, எது வரலாறு? கண்ணகியின் வரலாற்றைக் கேட்டறிந்த இளங்கோவடிகள் வேண்டுமென்றே அதை எழுத மாய எதார்த்தவாதம் என்ற இலக்கிய வடிவத்தைத் தேர்ந்தெடுத்தாரா? அதன் மூலம் கண்ணகியை அவர் கடவுளாக்கப் பார்த்தாரா? அல்லது கண்ணகி வழிபாடு சிலப்பதிகாரத்திற்கு முன்பே தோன்றிவிட்டதா? வரலாறு கூறும் உண்மைகள் என்னென்ன? இந்தக் கேள்விகளின் பதிலைத்தான் இந்தச் சிறிய நூலில் விரிவாகப் பார்க்க உள்ளோம்.

1.1. சிலப்பதிகாரம் இளங்கோவடிகளின் கற்பனைக் கதையா?

சிலப்பதிகாரம் ஒரு கற்பனை என்றால் அதில் மூவேந்தர்களின் பெயர்களையும் துணிவோடு பயன்படுத்தியிருக்க இயலாது. சிலப்பதிகாரம் மட்டும் கற்பனையாக இருந்திருந்தால், அந்நூல் பாண்டியர்களின் ஆட்சித்திறனுக்குக் களங்கம் விளைப்பதாகக் கூறி பாண்டிய அரசர்கள் தடை செய்து இருப்பார்கள். ஆனால், அப்படி எதுவும் நடக்கவில்லை.

பிற்காலச் சோழர், சேரர், பாண்டியர்கள் சிலப்பதிகாரத்தைத் தடை செய்ய எந்த நடவடிக்கையையும் எடுத்ததாகத் தெரியவில்லை. மாறாக இவர்களின் காலங்களில் கண்ணகியாகவும் செல்வியம்மனாகவும் பகவதியாகவும் ஈழநாச்சியாராகவும் கண்ணகி தொடர்ந்து மக்களால் வழிபடப்பட்டுள்ளார். அரசுகள் அதை அனுமதித்துள்ளன.

சேரன் செங்குட்டுவன் இமயம் வரை சென்றது சங்க இலக்கியமான பதிற்றுப்பத்தின் 5ஆம் பத்தின் பதிகத்தில் உள்ள

'கடவுள் நிலைஇய கல்ஓங்கு நெடுவரை
வடதிசை எல்லை இமயம் ஆக,
தென்னங் குமரியொடு ஆயிடை அரசர்
முரசுடைப் பெருஞ்சமம் ததைய, ஆர்ப்புஎழச்
சொல்பல நாட்டைத் தொல்கவின் அழித்த
போர் அடு தானைப் பொலந்தார்க் குட்டுவ!'

என்ற பாடலில் குறிக்கப்பட்டுள்ளது.

மேலும் அந்தப் படையெடுப்பு கண்ணகி சிலைக்குக் கல் எடுக்கத்தான் நடந்தது என்பதையும் பதிற்றுப்பத்தின் பதிகம்

'கடவுள் பத்தினிக் கல்கோள் வேண்டிக்
கான்கவில் கானம் கணையின் போகி
ஆரிய அண்ணலை வீட்டி, பேரிசை
இன்பல் அருவிக் கங்கை மண்ணி!'

எனக் குறிப்பிடுகிறது.

சிலர் இதனால் பதிற்றுப் பத்தின் பதிகம் கூறும் செய்திகளைக் கற்பனை கதைகள் என்று சொல்வதும் உண்டு.

இன்றைய கேரளம் என்பது சங்ககாலத் தமிழர்களின் சேரலம்தான் என்பதை கேரள அரசு ஏற்பதில்லை. தமிழ்க்

கல்வெட்டுகள் கேரளாவில் கிடைத்தால் அவற்றைப் 'பச்சை மலையாளம்' என்றே கூறுகிறார்கள் (தமிழகத்தின் தொல் திராவிடம் போல). கேரள அரசும் மக்களும் தங்கள் தோற்றத்தின் வரலாறாக கற்பனை நயமும் ஆரியக் கதைப்போக்கும் மிக்க கேரளோல்பத்தி (கேரள உற்பத்தி) நூலையே முன்னிறுத்துகின்றனர்.

ஆனால் கேரளாவின் பழைமை குறித்து ஏதாவது ஆய்வுகள் நடந்தால், தங்கள் பழமைக்கான சான்றாக கேரள அரசு பதிற்றுப்பத்து நூலில் உள்ள சேரர்களின் வரலாற்றைத்தான் குறிப்பிடுகிறது. எந்தப் பழைமையும் இல்லாத கேரள மொழி சேரர் வரலாற்றைப் பயன்படுத்தித்தான் செம்மொழி என்ற தகுதியைப் பெற்றது.

இப்படியாக மலையாளிகளுக்கு வரலாற்று ஆதாரமாக உள்ள ஒரு அரசகுடியும் அதன் வரலாற்று நூலும் தமிழர்கள் பயன்படுத்தும்போது மட்டும் எப்படிக் கற்பனையாகின்றன என்று புரியவில்லை.

கேரள கம்யூனிஸ்டுகள் தங்கள் மண்ணில் உள்ள மலைகளைக் காக்கவும், தங்கள் பண்பாட்டைப் போற்றவும் பாடுபடுவார்கள். தமிழகத்தில் உள்ள கம்யூனிஸ்டுகள் தமிழக மலைகளை உடைத்து கேரளாவிற்கு விற்கவும் தமிழரின் பண்பாட்டைக் கேலி கிண்டல் செய்து அழிக்கவும் பாடுபடுவார்கள். இதன் காரணம் தமிழகத்தில் இன உணர்வு அழிக்கப்பட்டதும், அதனைக் கேலி செய்வோர் அதற்கு அனுமதிக்கப்படுவதுமே ஆகும். தமிழகத்தில் அனைத்து இயக்கங்களிலும் தமிழர் அல்லாதவர்களால் தமிழின உணர்வுகள் கேலி செய்யப்படுகின்றன.

கண்ணகி என்று ஒருவர் வாழவில்லை, அவருக்கு நாடே அதிர்ந்துபோகும்படி ஒரு துன்பம் நடக்கவில்லை, சிலப்பதிகாரம் ஒரு பிற்காலக் கதை மட்டுமே என்றால் கண்ணகியின் வரலாறு சங்ககாலத்தில் யாருக்கும் தெரிந்திருக்க இயலாது. அல்லது சங்ககால மக்கள் அதை ஒரு கதையாகக் கேள்விப்பட்டிருந்தால், சங்கப் பாடல்களில் அதை ஒரு கதையாகவே குறிப்பிடுவார்கள். ஆனால் சங்க இலக்கியங்களில் ஒன்றான நற்றிணையில் மதுரை மருதன் இளநாகனார் பாடிய 216ஆவது பாடல்

'எரிமருள் வேங்கைக் கடவுள் காக்கும்
குருகு ஆர் துழனியின் இதணத்து ஆங்கண்,
ஏதிலாளன் கவலை கவற்ற,
ஒருமுலை அறுத்த திருமாவுண்ணிக்
கேட்டோர் அனையர் ஆயினும்,
வேட்டோர் அல்லது, பிறர் இன்னாரே'

என்று போகிறபோக்கில் கண்ணகியைக் குறிப்பிடுகிறது!. இந்தப் பாடல் மதுரைக்கு அருகே உள்ள பெண் கண்ணகியின் வரலாற்றைக் கேட்டவர்களை ஒரு உவமையாகக் குறிப்பிடுவதுபோல் உள்ளது.

இதன் பொருள்: "வேங்கை மரத்தில் உறையும் முருகக் கடவுள் காக்கின்ற கட்டுப் பரணாகிய இடத்திலே அயலான் கலங்கும்படி, ஒரு முலையை அறுத்த திருமாவுண்ணியைப் பற்றி அனைவரும் கேள்விப்பட்டார்கள் என்றாலும், வேண்டப்பட்டோர் தவிர்த்து மற்றோர் கலங்கமாட்டார் அன்றோ?" என்பதாகும்.

இதன் மூலம் சங்ககாலத்தில் இருந்த எளிய மக்களுக்கும்கூட கண்ணகியின் வரலாறு விரிவாகத் தெரிந்திருந்தது என்பதை அறியலாம்.

சங்க இலக்கியங்களுக்குப் பின்புதான் காப்பியங்கள் எழுதப்பட்டன என வரையறைக்கப்படும் சூழலில், நற்றிணை சங்க இலக்கியம் என்ற நிலையில், காப்பியங்களின் காலத்தில் எழுதப்பட்டதாகக் கூறப்படும் சிலப்பதிகாரத்தில் உள்ள ஒரு நிகழ்வு எப்படி சங்க இலக்கியத்தில் உள்ளது? என்ற கேள்வி இங்கு எழுகின்றது.

சிலர் 'அந்தத் திருமாவுண்ணி கதை வேறு, கண்ணகியின் கதை வேறு' என்கிறார்கள். இதனை ஏற்க எந்தக் காரணமும் இல்லை. ஒரு பெண் தன் மார்பை அறுத்து எறிந்து கடவுளான நிகழ்வு தமிழக வரலாற்றில் ஒரே ஒருமுறைதான் பதிவாகியுள்ளது. இப்படி ஒரு அரிய நிகழ்வு இரண்டுமுறை நடந்திருக்க எந்த வாய்ப்பும் இல்லை.

நற்றிணையும் சிலம்பும் ஒரேநபரைத்தான் குறிப்பிடுகின்றன என்பதற்கு இரண்டு இலக்கியங்களிலும் அகச்சான்றுகள் உண்டு.

நற்றிணையில்,

'எரிமருள் வேங்கைக் கடவுள் காக்கும்
குருகு ஆர் துழனியின் இதணத்து ஆங்கண்'

(பொருள்: வேங்கை மரத்தில் உறையும் முருகக் கடவுள் காக்கின்ற கட்டுப் பரணாகிய இடத்திலே) என்ற இந்தப் பாடல் கூறப்பட்டுள்ள இடம் ஒரு பரண் கட்டப்பட்டுள்ள வேங்கை மரம் ஆகும்.

சிலப்பதிகாரத்தில்

'கானவேங்கைக் கீழோர் காரிகை
தான் முலையிழந்து தனித்துயர் எய்தி' (காட்சிக்காதை)

(பொருள்: வேங்கை மரத்தின் கீழே ஒரு பெண் மார்பை இழந்து துயரோடு இருந்தாள்) என்றும்,

'பூத்த வேங்கைப் பொங்கர்க் கீழ் ஓர்
தீத்தொழில் ஆட்டியேன் யான் என் றேங்கி'

(கட்டுரைக்காதை)

(பொருள்: கண்ணகி வேங்கை மரத்தின்கீழே கவலையோடு நின்றிருந்தாள்) என்றும் குறிப்பிடும் இடமும் ஒரு வேங்கை மரமே ஆகும். இதைக் கொண்டே வேங்கை மரத்தின் கீழ் ஒரு மார்பை இழந்து துயருற்று நின்றிருந்த பெண் கண்ணகியே என்பதை அறியலாம்.

ஆனால் சில அறிஞர்கள் இதனை ஏற்கவில்லை. எடுத்துக்காட்டாக மயிலை சீனி வேங்கடசாமி அவர்கள்,

'கண்ணகியார் வேங்கைமரத்தின் அடியில் நின்றார் என்று சிலப்பதிகாரம் கூறுகிறது. வேங்கைமரத்தின் மேல் அமைக்கப்பட்ட இதணத்தில் (பரணில்) இருந்ததாகச் சிலப்பதிகாரம் கூறவில்லை. மேலும், கண்ணகியாரை ஏதிலாளன் ஒருவன் வேங்கைமரத்தண்டை துன்புறுத்தியதாகச் சிலப்பதிகாரம் கூறவில்லை. வேங்கைமரத்தின்மேல் பரணில் இருந்தவளும் அங்கு ஏதிலாளனால் துன்பத்திற்குள்ளானவளும் திருமாவுண்ணி என்னும் வேறொரு மகளாவள். ஒருமுலையையறுத்தெறிந்தவள் என்று பொருள் கொண்டு, அவ்வாறு செய்தவர் கண்ணகியார் ஒருவரே எனவும் கொண்டு, அவர்கள் இவ்வாறு எழுதியுள்ளார்கள். ஆனால், திருமாவுண்ணியாரும் கண்ணகியாரும் வெவ்வேறு மகளிர் என்று ஆராய்ச்சியினால் விளங்குகிறது. வாசகர்கள் இதனையும் ஆராய்ந்து

உண்மை காண்பாராக' எனக் கூறியுள்ளார். இது உண்மையா என சற்று ஆராய்வோம்.

முதலில் திருமாவுண்ணி வேங்கை மரத்தின் பரணில் இருந்தார் என நற்றிணை கூறுகின்றதா? பார்ப்போம்.

சில நிகழ்வுகளால் சில மரங்கள் வரலாற்றுச் சின்னமாவது உண்டு. புத்தர் தியானம் செய்த மரம் பவுத்தச் சின்னமானது ஒரு எடுத்துக்காட்டு. அதுபோல கண்ணகி வேங்கை மரத்தின் கீழ் நின்று மறைந்த பின்னர் அந்தக் குறிப்பிட்ட வேங்கைமரம் ஒரு அடையாளமாக மாறி இருக்கும். விழாநாளில் அங்கு வருபவர்களுக்குக் கண்ணகியின் கதை கூறப்பட்டிருக்கும். அதற்காகவே அந்த வேங்கைமரத்தில் பரணும் அமைத்து இருப்பார்கள் என்பதை நாம் முதலில் உள்வாங்கிக் கொள்ள வேண்டும். இதனோடு சேர்த்துப் பார்க்கும்போது,

'வேங்கை மரத்தில் அமைக்கப்பட்ட பரணில் இருந்து கூறப்படும், அந்நியன் (ஏதிலாளன்) செய்த செயலால் கவலையடைந்த திருமாவுண்ணி தன் ஒரு மார்பை அறுத்த கதையைக் கேட்டவர்களைப் போன்றோரானாலும்' என்ற பொருள்தான்

'எரிமருள் வேங்கைக் கடவுள் காக்குங்
குருகு ஆர் துழனியின் இதணத்து ஆங்கண்
ஏதிலாளன் கவலை கவற்ற
ஒருமுலை யறுத்த திருமா வுண்ணிக்
கேட்டோ ரனையா ராயினும்'

என்ற வரிகளுக்குக் கிடைக்கிறது.

எனவே திருமாவுண்ணி பரண் மேல் இருந்தாள் என்று நற்றிணை சொல்லவில்லை! மாறாக திருமாவுண்ணியின் கதை அந்தப் பரண் மேலிருந்து கூட்டத்துக்குச் சொல்லப்படுகிறது என்ற பொருளே இதில் உள்ளது (இந்தக் கூட்டம் பெண்கள் கூட்டமாக இருக்கவே வாய்ப்புகள் அதிகம், அதுகுறித்துப் பின்னர் பார்ப்போம்). இந்த வரிகள் கண்ணகியின் வரலாறு பல காலங்களுக்கும் மக்களால் பேசப்பட்ட உண்மை நிகழ்வே என்பதற்குத்தான் சான்றாக அமைகின்றன.

மேலும் 'ஏதிலான் என்பது திருமாவுண்ணியை ஏமாற்றிய காதலன்' என்றெல்லாம் சிலர் உரை எழுதுவதும் சரியானது அல்ல. கண்ணகி கதையில், கண்ணகி தன்னை

அறிமுகப்படுத்தும் வரையில் அவளை அறியாத அந்நியனாக இருந்த பாத்திரம் பாண்டிய அரசனே ஆவார்.

அதனை வழக்குரைகாதையில்,

'நீர்வார் கண்ணை எம்முன் வத்தோய்!
யாரையோ நீ! மடக்கொடி யோய்!'

என்று கண்ணகியிடம் பாண்டியன் கேட்பதில் இருந்தும்,

'தேரா மன்னா செப்புவ துடையேன்
எள்ளறு சிறப்பின் இமையவர் வியப்பப்
புள்ளுறு புன்கண் தீர்த்தோன் அன்றியும்
வாயிற் கடைமணி நடுநா நடுங்க
ஆவின் கடைமணி உகுநீர் நெஞ்சுசுடத் தான்தன்

அரும்பெறற் புதல்வனை ஆழியின் மடித்தோன்
பெரும்பெயர்ப் புகாரென் பதியே அவ்வூர்
ஏசாச் சிறப்பின் இசைவிளங்கு பெருங்குடி
மாசாத்து வாணிகன் மகனை யாகி
வாழ்தல் வேண்டி ஊழ்வினை துரப்பச்

சூழ்கழல் மன்னா நின்னகர்ப் புகுந்தீங்கு
என்காற் சிலம்புபகர்தல் வேண்டி நின்பாற்
கொலைக்களப் பட்ட கோவலன் மனைவி
கண்ணகி யென்பதென் பெயரே'

என்று கண்ணகி தன்னை அறிமுகப்படுத்திக் கொள்வதில் இருந்தும் அறியலாம்.

அந்நியனின் நாட்டுக்கு வந்ததால்தான் தன் கணவன் கொல்லப்பட்டார் என கண்ணகி நம்பினாள். கண்ணகியை அறிந்திருந்தால் பாண்டியர் கோவலனைக் கொன்றிருக்க மாட்டார் என்பது சிலப்பதிகாரம் படிக்கும் எவருக்கும் புரியும். எனவே கண்ணகிக்கு அந்நியனாக இருந்தவர், நற்றிணையில் ஏதிலாளன் எனக் குறிப்பிடப்படுபவர் கண்ணகிக்குத் துன்பம் இழைத்தவர் பாண்டிய அரசரே ஆவார். இதுவும் கண்ணகியே திருமாவுண்ணி என்பதைத்தான் காட்டுகிறது.

மேலும், கண்ணகி கதையைக் கேட்க மக்கள் அடிக்கடி அந்த மலைப்பகுதிக்குக் கூட்டமாக வர இயலாது. எனவே கண்ணகியின் விழாவுக்காகத்தான் அந்தக் கதை கேட்கும் கூட்டம் அங்கு வந்திருக்க வேண்டும். வாழ்ந்து மறைந்தவர்களுக்கு விழா எடுக்கும்போது அவர்கள்

பிறந்த தினமோ, முக்தியடைந்த தினமோதான் விழாவாக எடுக்கப்படும். மகாவீரருக்கும், திருவள்ளுவருக்கும் விழா எடுக்கப்பட்ட காலங்கள் இதைத்தான் காட்டுகின்றன. எனவே கண்ணகிக்கான விழாவும் அவள் முக்தியடைந்த அதே மாதத்தில்தான் எடுக்கப்பட்டிருக்கும்.

சிலப்பதிகாரம் வேங்கை மரத்தின் கீழ் கண்ணகி இருந்தாள் என்று மட்டும் கூறாமல், 'பூத்திருந்த வேங்கைமரத்தின் கீழ் கண்ணகி இருந்தாள்' என்று கூறுவது அடிப்படையில் ஒரு காலக் குறிப்பு ஆகும். இதே காலக் குறிப்புதான் நற்றிணையிலும் காணப்படுகிறது.

'எரிமருள் வேங்கை' என்று நற்றிணையும் **'பூத்த வேங்கை'** என்று கட்டுரைக்காதையும் ஒரே காலத்தைத்தான் குறிப்பிடுகின்றன. இந்தக் காலக் குறிப்பு உணர்த்தும் மாதம் எது?

வேங்கை மலரானது சித்திரை மாதத்தில் பூக்கக் கூடியது. ஆண்டின் தொடக்கத்தை அறிவிக்கும் மலர்களில் ஒன்றாக வேங்கை உள்ளது.

'தலைநாள் பூத்த பொன் இணர் வேங்கை' என்று மலைபடுகடாம் இதனைக் குறிப்பிடுகின்றது (இப்போது தமிழக நாட்காட்டியின் கணக்கு சரிசெய்யப்படாததால் பங்குனியில் வேங்கை பூக்கிறது. சரி செய்யப்பட்ட தெலுங்கரின் நாட்காட்டியில் அதன் முதல் மாதமும் சித்திரைக்கு நிகரான தெலுங்கு மாதமுமான சைத்ர மாதத்தில் வேங்கை பூக்கிறது.).

அதோடு வேங்கைப்பூ வருடத்தின் பிற மாதங்களில் எப்போதும் பூப்பதில்லை. சித்திரையில் மட்டுமே அது பூக்கும் என்பதை பழமொழி நானூறில் வரும், **'கணிவேங்கை நன்னாளே நாடி மலர்தலால்'** எனும் வரியில் இருந்து அறியலாம்.

இன்றும் மங்கலதேவி கோவில் உள்ளிட்ட கண்ணகி கோவில்களில் சித்திரை மாதம்தான் கண்ணகிக்கு விழா கொண்டாடப்படுகின்றது. இப்படி ஒரு கண்ணகி விழாவே நற்றிணையின் காலத்திலும் நடந்துள்ளது. அதனால்தான் கண்ணகி மறைந்தபோது பூத்திருந்த வேங்கை மரம் பின்னர் கண்ணகி விழாவில் கண்ணகி கதை கூறப்பட்டபோதும் பூத்திருந்தது. இதனைக் கொண்டு கண்ணகியின் காலம் நற்றிணையின் பாடல் எழுதப்பட்ட காலத்திற்கும் முந்தையது என்பதை நாம் அறியலாம்.

இங்கு கண்ணகி கதைக்கும் தமிழக அம்மன் விழாக்களுக்கும் இடையிலான தொடர்பை விவரிப்பதும் அவசியமாகப் படுகின்றது. கண்ணகியின் வரலாற்றில் 3 மாதங்கள் மிக முக்கியமானவை. அவை ஆடி, வைகாசி மற்றும் சித்திரை இதன் காரணங்களைச் சுருக்கமாகப் பார்ப்போம்.

ஆடி மாதம்:

இது கோவலன் கொல்லப்பட்டதால் கண்ணகி மதுரையை எரித்த மாதம் ஆகும். மதுரைக்குக் கோவலன் வந்தபோது குடகாற்று வீசியது என்பதை ஊர்காண் காதையில் உள்ள,

'குட காற்று எறிந்து, கொடி நுடங்கு மறுகின்'

(பொருள்: கொடிகள் பறக்கும் தெருவில் மேற்கிலிருந்துகாற்று (குடகாற்று) வீசும்.) என்ற வரியால் அறியலாம். குடகாற்று என்ற சொல்லுக்கு அரும்பத உரையாசிரியர் **'ஆடித்திங்களென்பது தோன்றக் குடக்காற்றுக் கூறினான்'** என விளக்கம் கூறியதும் நோக்கத்தக்கது ஆகும். கட்டுரைக்காதையில் மதுரை எரிக்கப்பட்ட நாள்

'ஆடித் திங்கட் பேரிருட் பக்கத்து
தழல்சேர் குட்டத் தட்டமி ஞான்று'

என்று குறிக்கப்பட்டிருப்பது இங்கு துணைச் சான்று ஆகும்.

மதுரை எரியும்போது கண்ணகியின் கோபத்தையும் மனத் துயரத்தையும் பார்த்த மக்கள் கண்ணகியைக் குளிர்விக்க அப்பொழுது மோரும் கூழும் பானகமும் கொடுத்ததாகவும் அவற்றில் சிலவற்றை கண்ணகி பருகியதாகவும் மதுரையில் இன்னும் நம்பிக்கை உண்டு. தமிழகம் முழுக்க ஆடி மாதத்தில் கூழ் ஊற்றுவது தமிழர் வழக்கம் ஆகும் (சுமார் 50 ஆண்டுகளுக்கு முன்பாக குழந்தைப் பருவத்தில் இறந்த எனது சிறிய தாயார் இந்திரா நினைவாக எங்கள் வீட்டிலும் ஆடிமாதம் கூழ் ஊற்றியுள்ளோம் என்பது கூடுதல் செய்தி). இது கோபத்தில் உள்ள கண்ணகியை சாந்தி செய்யும் நிகழ்வு ஆகும்.

சித்திரை மாதம்:

கண்ணகி இறந்த அல்லது முக்தியடைந்த மாதம் ஆகும் (இது குறித்து முன்னரே பார்த்தோம்). ஆடி மாதம் மதுரையில் காணாமல் போன கண்ணகியை மீண்டும்

சித்திரையில்தான் வஞ்சியில் மக்கள் பார்த்துள்ளனர் என்பது இங்கு கவனிக்கத்தக்கது. கட்டுரைக்காதையில்

'ஈரேழ் நாளகத் தெல்லை நீங்கி' என்று மதுராபுரித் தெய்வம் கூறுவதைக் கொண்டு, கண்ணகி 14 நாட்களில் வஞ்சிக்குச் சென்றுவிட்டார், அப்போதுதான் கோவலனைத் தெய்வ உருவில் கண்டார் எனக் கூறுவோர் உண்டு.

மதுராபுரித் தெய்வம் மதுரையின் தெய்வம், அது மதுரைக்குத் தீங்கு நேரக் காரணமான கண்ணகியை நாட்டின் எல்லையை விட்டு வெளியே அனுப்பவே எண்ணும், அதுதான் அந்தத் தெய்வத்தின் கடமை என்பதைப் புரிந்து கொண்டால், '14 நாட்களில் (ஈரேழ்நாள்) அகத்தின் (பாண்டியநாட்டின்) எல்லையை நீங்கி' எனப் புரிந்து கொள்ளலாம். எனவே கண்ணகி 14 நாட்களில் அங்கிருந்து வெளியேற வேண்டும் என்றுதான் மதுராபுரித் தெய்வம் கூறியுள்ளது.

கண்ணகி எத்தனை நாட்கள் நடந்து வஞ்சிக்குச் சென்றார் என்பதும் அவர் சென்ற பாதை எது என்பதும் சிலப்பதிகாரத்தில் இல்லை. கண்ணகி மீண்டும் சித்திரை மாதத்தில் வஞ்சியில் காணப்படும்வரை அவருக்கு என்ன ஆனது என்பது யாருக்கும் தெரியவில்லை, கண்ணகியை இடையில் பொதுமக்கள் யாரும் பார்க்கவில்லை என்பதால் அவர் பொது வழியில் வந்தாரா என்பதையும் அறிய முடியவில்லை.

அதனால்தான் கண்ணகி மதுரையில் இருந்து வஞ்சி சென்ற பாதையைக் கட்டுரைக்காதை

'கீழ்த்திசை வாயிற் கணவனொடு புகுந்தேன்
மேற்றிசை வாயில் வறியேன் பெயர்கென
இரவும் பகலு மயங்கினள் கையற்று
உரவுநீர் வையை ஒருகரைக் கொண்டாங்கு
அவல என்னாள் அவலித்து இழிதலின்
மிசைய என்னாள் மிசைவைத் தேறலிற்
கடல்வயிறு கிழித்து மலைநெஞ்சு பிளந்தாங்கு
அவுணரைக் கடந்த சுடரிலை நெடுவேல்
நெடுவேள் குன்றம் அடிவைத் தேறி'

என்று குறிப்பிடுகிறது.

பொருள்: நகரத்தின் கிழக்கு வாயில் வழியே கணவனோடு உள்ளே வந்தேன், இப்போது மேற்கு வாயில் வழியே தனியே செல்கின்றேன் என்று, எது இரவு எது பகல் என்று தெரியாமல் நீர் நிறைந்த வையையின் ஒரு கரையில் செல்ல ஆரம்பித்தாள். பள்ளங்கள் (அவல) என்று பாராமல் இறங்கினாள் (இழிதல்), மேடுகள் (மிசைய) என்று பார்க்காமல் ஏறினாள். அங்கு கடலின் வயிற்றைக் கிழித்து மலையின் நெஞ்சைப் பிளந்தது போல் அவுணரை வென்ற ஒளியுடைய நெடிய வேலை உடைய முருகனின் குன்றில் அடிவைத்து ஏறினாள்'.

மதுரை தீப்பிடித்து எரிவதைக் கேள்விப்பட்டவர்கள் உடனே கண்ணகிக்காக கவலைப்பட்டிருக்கவும் மாட்டார்கள். ஆடி மாதத்தில் மதுரையின் மேற்கு வாயில் வழியாக வெளியேறிய கண்ணகி சித்திரையில் வஞ்சியில் தென்படும்போதுதான் அவரது தெய்வத் தன்மை மீண்டும் பேசுபொருளாக மாறியிருக்கும்.

வைகாசி மாதம்:

'வைகாசி மாதம் வருவேன்' என்று கண்ணகி மக்களுக்கு வாக்கு கொடுத்ததாக ஒரு பொது நம்பிக்கை காணப்படுகின்றது. கிழக்கு இலங்கைக் கோவில்களில் நடைபெறும் கண்ணகி விழாக்களில் திருக்குளுத்து அல்லது குளிர்த்திப் பாடல் பாடப்படும். அதில் உள்ள

> 'வைகாசித் திங்கள் வருவேனென்று
> வரிசைக்கியைந்து விடைகொடுத்தாரே'

என்ற வரிகள் இந்த நம்பிக்கையைக் காட்டுகின்றன. இந்த நாள் கண்ணகியின் மறுவரவுக்கான வேண்டுதல் விழா ஆகும். சித்திரையில் போன கண்ணகி அதன் அடுத்த மாதமான வைகாசியில் மீண்டும் வந்துவிடுவார் என மக்கள் நம்பியதையே வைகாசி விழாக்கள் காட்டுகின்றன.

ஆடி, சித்திரை, வைகாசி மாதங்களின் நாட்களில் நடக்கும் தமிழர் விழாக்களில் கண்ணகி குறித்த நம்பிக்கைகள் இன்றும் வாழ்கின்றன. எனவே சிலப்பதிகாரம் என்பது கண்ணகியின் வரலாற்றை ஒட்டி எழுந்த காப்பியம்தான், முழுவதும் கற்பனை இல்லை என்பதில் ஐயத்திற்கு இடமில்லை. இப்படி ஒரு ஐயம் வருவதற்கு வரலாற்றின் அடிப்படையில் எந்த நியாயமும் இல்லை. சரி கண்ணகியின் காலம் எது?

1.2. கண்ணகியின் காலம்:

கண்ணகி உண்மையாகவே வாழ்ந்தார் என்றால் அவர் வாழ்ந்த காலம் என்ன? சிலப்பதிகாரம் எழுதப்பட்ட காலம் என்ன? என்ற கேள்விகள் இயல்பாக எழுகின்றன. இந்தக் கேள்விகளில் இருந்துதான் சிலப்பதிகாரம் குறித்த அத்தனை ஆய்வுகளையும் நாம் தொடங்க இயலும். இவை குறித்து முதலில் பார்த்துவிடுவோம்.

பொதுவாக சங்க இலக்கியங்களின் காலத்திற்குப் பிற்பட்டவை என்றே காப்பியங்கள் கருதப்படுகின்றன. அதனால்தான் சங்க இலக்கியங்களின் பட்டியலில் காப்பியமான சிலப்பதிகாரம் இடம்பெறுவது இல்லை.

மறுபக்கம் சிலப்பதிகாரமும் மணிமேகலையும் இரட்டைக் காப்பியங்கள் என்று சொல்லப்படுவதை வைத்து, இரண்டும் ஒரே காலத்தைச் சார்ந்த நூல்கள் எனக் கொண்டே காலக் கணிப்பு செய்கின்றனர். இதனால் மணிமேகலையின் காலக் கணிப்பு சிலப்பதிகாரத்தையும் பாதிக்கிறது. இந்த இரண்டு காரணங்களும் கண்ணகி வாழ்ந்த காலத்தையும் சிலப்பதிகாரம் எழுதப்பட்ட காலத்தையும் கணிப்பதில் தடைகளாக உள்ளன.

எடுத்துக்காட்டாக ஔவை துரைசாமி பிள்ளை அவர்கள் சிலப்பதிகாரம் மணிமேகலை ஆகியவற்றை சங்கத் தொகை நூல்கள் என்று ஏற்கிறார். ஆனால், அவை கி.பி.யில் தோன்றியவை என நம்புகிறார். இதனை அவரது சேரமன்னர் வரலாறு நூலில் காணப்படும்,

'இச்சங்க தொகை நூல்களே அடுத்துப் பின்னர்த் தோன்றிய சிலப்பதிகாரமும் மணிமேகலையும் சேரநாட்டைப் பற்றிச் சிறிது விரியக் கூறுகின்றன. இவ்விரண்டன் ஆசிரியர்களும் சேர நாட்டவராதலால் அவர் கூறுவன நமது ஆராய்ச்சிக்குத் துணையாகின்றன. ஆயினும் இவை கிறிஸ்துவுக்குப் பிற்பட்ட காலத்தன' என்ற வரிகளால் அறியலாம்.

அத்தோடு சிலப்பதிகாரத்தின் காலம் கி.பி.2ஆம் நூற்றாண்டு என்று ஒரு கூற்று 'கயவாகு காலம்பாட்டும் முறைமை'யின்படி முன்வைக்கப்படுகிறது, இந்தக் கூற்றே மிகப்பல தமிழறிஞர்களால் ஏற்கப்பட்ட கூற்று ஆகும். மயிலை சீனி.வேங்கடசாமி, தேவநேயப் பாவாணர், மு.சண்முகம்பிள்ளை, கே.என்.சிவராசப் பிள்ளை,

இரா.வை.கனகரத்தினம் எனப் பல மதிப்பிற்குரிய ஆய்வாளர்களும் இதனை ஏற்றுள்ளனர்.

தமிழகத் தொல்லியல்துறைத் தலைவராக இருந்த இரா. நாகசாமி அவர்கள் இதனை அப்படியே ஏற்றதால் தமிழகத் தொல்லியல்துறை நூல்களும் தமிழகத் பாடநூல்களும்கூட இந்தக் கருத்தையே வழிமொழிகின்றன. இதனால் 'சிலப்பதிகாரம் மணிமேகலை இவற்றின் கதைகள் நடந்த காலமும் இவை எழுதப்பட்ட காலமும் கி.பி.2ஆம் நூற்றாண்டுதான்' என்பது பொதுக்கருத்தாக உள்ளது.

ஆனால் இன்றைக்குக் கிடைக்கும் வரலாற்றுச் சான்றுகளைக் கொண்டு பார்க்கும்போது, சிலப்பதிகாரமும் மணிமேகலையும் சமகால இலக்கியங்களாகவும் இல்லை. இந்தக் 'கயவாகு காலம்பாட்டும் முறைமை' கண்ணகியின் காலத்தைக் கணிக்க இன்று ஏற்கத் தக்கதாகவும் இல்லை! இவற்றைக் குறித்து ஒவ்வொன்றாகப் பார்ப்போம்.

1.3. கயவாகு காலம் காட்டும் முறைமை

தமிழகத்தில் சங்க இலக்கியங்கள் பதிப்பிக்கப்படத் தொடங்கிய ஆரம்பக் காலங்களில் தமிழகத்தில் உள்ள தமிழர் அல்லாத ஆய்வாளர்களும், தாழ்வுமனப்பான்மை கொண்ட தமிழர்களும் அந்தச் சங்க இலக்கியங்கள் சில நூறு ஆண்டுகள் மட்டுமே பழைமையானவை எனக் கருதினர். அவற்றின் தொன்மையை மறுத்தனர்.

இந்தச் சூழலில் வி.கனகசபைப் பிள்ளை என்பவர் தனது '1800 ஆண்டுகளுக்கு முற்பட்ட தமிழகம்' என்ற நூலில் சிலப்பதிகாரம் கி.பி.2ஆம் நூற்றாண்டில் எழுதப்பட்டது என்ற கருத்தை முன்வைத்தார். இதன் மூலம் காப்பியங்கள் மற்றும் சங்க இலக்கியங்களின் பழைமையை அவர் உயர்த்தினார்.

கைலாசபதி அவர்கள் தனது முடியும் அடியும் நூலில் **'கனகசபைப் பிள்ளையின் நூல் தமிழியல் வரலாற்றில் ஒரு திருப்புமுனை. பழந்தமிழ் நூல்கள் வெளிவரத் தொடங்கிய காலத்தை ஒட்டி எழுந்த ஆராய்ச்சிக் காலப் பகுதியில் அவருடைய நூல்தான் முதன்மையானது என்பது யாவரும் ஏற்றுக்கொண்ட உண்மை'** எனக் கூறியுள்ளது நூறு விழுக்காடு உண்மை ஆகும்.

வி.கனகசபைப் பிள்ளை அவர்கள் தனது கருத்தை நிறுவ 'கயவாகு காலம் காட்டும் முறைமை' என்ற முறையைப் பயன்படுத்தினார். அடிப்படையில் கயவாகு காலம் காட்டும் முறைமை என்பது என்ன?

சங்க இலக்கியங்கள் மற்றும் காப்பியங்களில் ஆண்டுக் குறிப்புகள் நேரிடையாகக் கிடைக்காத (அல்லது ஆண்டுக் குறிப்புள்ள நூல்கள் அழிக்கப்பட்ட) நிலையில், தமிழ் இலக்கியங்கள் மற்றும் காப்பியங்களில் காணப்படும் அரசர்களின் பெயர்களை எடுத்து, அவற்றைப் பிறரின் (ஆண்டுக் குறிப்போடு கூடிய) வரலாற்று நூல்களோடு ஒப்பிடுவதன் மூலம் இலக்கியங்கள் மற்றும் காப்பியங்களில் காணப்படும் அரசர்களின் ஆட்சிக் காலத்தைக் கணிக்கச் செய்யப்பட்ட முதல் முயற்சியே கயவாகு காலம் காட்டும் முறைமை ஆகும். இதற்கு முதன்முதலாகப் பயன்பட்ட நூல் சிலப்பதிகாரம்.

சிலப்பதிகாரத்தின் வரந்தரு காதையில் கண்ணகியின் அருளைப் பெற வந்த அரசர்களின் பட்டியல்

'அரும் சிறை நீங்கிய ஆரிய மன்னரும்,
பெரும் சிறைக்கோட்டம் பிரிந்த மன்னரும்,
குடகக் கொங்கரும், மாளுவ வேந்தரும்,
கடல் சூழ் இலங்கைக் கயவாகு வேந்தனும்,
'எம் நாட்டு ஆங்கண் இமயவரம்பனின்
நல்நாள் செய்த நாள் அணி வேள்வியில்
வந்து ஈக' என்றே வணங்கினர்'

என உள்ளது.

இதில் உள்ள 'கடல் சூழ் இலங்கைக் கயவாகு வேந்தனும்' என்ற வரி இலங்கையின் அரசனான கயவாகுவைக் குறிக்கிறது.

இலங்கையில் உள்ள சிங்களர்களின் சுய வரலாற்று நூலான மகாவம்சம் நூலிலும் முதலாம் கயவாகு என்ற அரசர் குறிப்பிடப்பட்டுள்ளார். இவர் கி.பி.2ஆம் நூற்றாண்டைச் சேர்ந்தவர் எனக் கணிக்கப்படுகிறார் (மகாவம்சத்தை மொழிபெயர்த்த வில்ஹெம் கெய்கர் கணக்கின்படி முதலாம் கயவாகுவின் காலம் கி.பி 171 – கி.பி.193).

சிலப்பதிகாரத்தில் உள்ள கயவாகுவையும் மகாவம்சத்தில் உள்ள கயவாகுவையும் ஒருவரே எனக்

கருதிய வி.கனகசபை அவர்கள் 'சிலப்பதிகாரத்தில் கி.பி.2ஆம் நூற்றாண்டில் இலங்கையை ஆண்ட கயவாகு என்ற அரசன் குறிப்பிடப்பட்டுள்ளான். எனவே சிலப்பதிகாரத்தின் காலம் கி.பி.2ஆம் நூற்றாண்டு' என்றார். இதுதான் கயவாகு காலம் காட்டும் முறைமை ஆகும்.

இந்தக் கருத்து அப்போது சில நூற்றாண்டுகள் மட்டுமே பழைமையானவை என்று கருதப்பட்ட சங்க இலக்கியங்கள் மற்றும் காப்பியங்களின் பழைமையை இன்னும் பின்னுக்குக் கொண்டு சென்றது. அன்றைக்குத் தொல்லியல் மற்றும் நாணயவியல் ஆய்வுகள் அதிகமில்லாத சூழலில் இந்த ஆய்வின் பணி மகத்தானது ஆகும்.

ஆனால், இப்போது தமிழி எழுத்துகளின் பழைமை கி.மு.6ஆம் நூற்றாண்டு என்ற நிலையை எட்டிவிட்டது. தமிழக இரும்பின் பழைமை கி.மு.3000 என்ற காலத்தையும் தாண்டிவிட்டது. இந்த முடிவுகளுக்கு முறையான கார்பன் காலக் கணிப்புகள்கூட உள்ளன. அப்படி இருந்தும் பழைய எல்லைகளை இன்னும் பின்னுக்குக் கொண்டு செல்லாமல், அன்று சொன்ன அதே கருத்தை இப்போதும் அப்படியே பிடித்துக் கொள்வது தமிழக ஆய்வுத்துறைக்கு நன்மை தருவது அல்ல. ஏனெனில் கயவாகு காலம் காட்டும் முறைமை கண்ணகி வாழ்ந்த காலத்தை மிகவும் குறைவாகத்தான் கணித்துக் காட்டுகின்றது. மேலும் அதைக் கணிக்க எடுத்துக் கொள்ளப்பட்ட தரவுகளும் ஏற்கத்தக்கவை அல்ல.

1.4. கயவாகு காலம் காட்டும் முறைமை – என்ன பிழை?

கயவாகு காலம் காட்டும் முறைமை என்பது முழுக்க முழுக்க சிலப்பதிகாரத்தில் கூறப்பட்டுள்ள கயவாகுதான் இலங்கையை ஆண்ட முதலாம் கயவாகு (கயவாகு காமினி) என்ற அடித்தளத்தை மட்டுமே நம்பி உருவாக்கப்பட்ட முறை ஆகும். ஆனால் இந்த கயவாகு காமினிதான் சிலப்பதிகாரத்தில் உள்ள கயவாகு என்பதற்கு பழைமை வாய்ந்த பிற சான்றுகள் ஏதும் இல்லை.

கயவாகு காமினிதான் சிலப்பதிகாரக் கயவாகு என்பதற்கு மா.இராசமாணிக்கனார் அவர்கள் தனது கால ஆராய்ச்சி நூலில் கூடுதல் சான்றுகளாக சிலவற்றை முன்வைத்துள்ளார். அவை:

‘கயவாகு வேந்தன் சோழ நாட்டின் மீது படையெடுத்துச் சென்றபோது யாழ்ப்பாண வழியே சென்றனன்; போரின் பின் திரும்பும்போது போர் வீரரைச் சிறைப் பிடித்து வந்தான்; அவர்களுடன் பத்தினிக் கடவுளின் காற்சிலம்பும் வேறு சில அணிகளும் கொண்டு வந்தான் என்று இராசவழி என்னும் சிங்களக் காவியம் கூறுகிறது. கயவாகு வேந்தனே இலங்கையில் பத்தினி வணக்கத்தைத் தோற்றுவித்தவன் என்று கூறும் சிலப்பதிகாரச் செய்தி இதனால் உறுதி பெறல் காணத்தகும். இலங்கையில் உள்ள கண்ணகியம்மன் கோவில்களில் சிலம்பைத் தவிர வேறு உருவங்கள் வழிபாட்டிற்காக அமையவில்லை.

“தமிழகத்தில் கண்ணகிக்குக் கோயில் எடுப்பித்த வைபவத்தில் பிரசன்னமாயிருந்து திரும்பியதும் முதன் முதலாக அங்கணாக் கடவில் கண்ணகிக்கு ஆலயமும் விழாவும் எடுப்பித்துத் தனது உருவச் சிலையை ஆலய முற்றத்தில் நிறுவினன்” என்று புராதன யாழ்ப்பாணம் என்னும் நூலில் முதலியார் சி. இராசநாயகம் அவர்கள் கூறிப் போந்தனர்.

“இங்குக் குறிப்பிட்ட கயவாகுவின் உருவச்சிலை யாழ்ப்பாணத்தில் சர் போல் ஈபீறிஸ் அவர்கள் நடத்திய புதை பொருள் ஆராய்ச்சியில் தலை வேறாகவும் உடல் வேறாகவும் உடைந்து காணப்பட்டமையின், யாழ்ப்பாணம் அரும்பொருட்சாலைக்கு அனுப்பப்பட்டது. கயவாகு மன்னன் நாடெங்கும் பத்தினிக்குக் கோயிலும் விழாவும் செய்தல் வேண்டுமெனக் கட்டளையிட்டதையிட்டு, யாழ்ப்பாணத்திலும் ஆலயங்கள் எழுந்தனவென்றும் வேலம்பரவையிலுள்ள கண்ணகிக் கோயில் அக்காலத்தில் முதலில் அமைக்கப்பட்டதென்றும் அதற்குப் பின்பு கட்டப்பட்டவைகளே களையோடை, அங்கணாக்கடவு முதலிய இடங்களில் உள்ளவை” என்றும் யாழ்ப்பாண சரித்திரம் என்னும் நூலில் ஆ.முத்துத்தம்பிப் பிள்ளை கூறியுள்ளார்.’

இவற்றை அப்படியே ஏற்பதற்கு என்ன தடை என்றால், இராசவழி அல்லது இராசாவலிய என்பது சிங்கள மொழியில் சிங்களர்களால் எழுதப்பட்ட நூல் ஆகும். இலக்கிய நடையே இல்லாமல் முழுவதும் உரைநடையில் இந்நூல் எழுதப்பட்டுள்ளது. இதில் கடைசியாகக் கொடுக்கப்பட்டுள்ள வரலாறு இலங்கை மன்னன் இரண்டாம் விமலதர்ம சூரியனின் வரலாறு ஆகும். இந்த அரசர் கண்டியின் அரசராகக் கி.பி.1687 முதல் 1707ஆம் ஆண்டுவரை ஆட்சி செய்தார். இதனால் இந்த நூலின் பழைமை அதிகபட்சமே கி.பி.17ஆம் நூற்றாண்டு என்றுதான் கணிக்கப்படுகிறது.

இலங்கையின் பழைமையான சிங்களர் வரலாற்று நூல்களான மகாவம்சம், தீபவம்சம் ஆகியவற்றில் கயவாகு காமினி கண்ணகிக்குக் கோவில் எடுத்ததாகக் கூறப்படவில்லை. அப்படியிருக்க இந்தப் புதிய செய்தி இந்த நூலில் எப்படி வந்தது என்பது தெரியவில்லை. இலங்கையில் இந்தச் செய்திக்கு வரலாற்று மூலங்கள் இல்லாத நிலையில், சிங்களர்கள் தங்கள் வரலாற்றைத் தாங்களே அழிக்க மாட்டார்கள் என்ற சூழலில், தமிழகத்தில் உள்ள சிலப்பதிகாரத்தை சிங்களர்கள் அறிந்து, அதில் இருந்தே அவர்களும் கயவாகு காமினியே சிலப்பதிகாரக் கயவாகு என்ற முடிவுக்கு வந்திருக்க இயலும் என்பது தெரிகின்றது.

மா.இராசமாணிக்கனார் அவர்கள் மற்ற இரு ஆதாரங்களாகக் காட்டியுள்ள புராதன யாழ்ப்பாணம், யாழ்ப்பாண சரித்திரம் ஆகியவை இராசவழிக்கும் பின்வந்த நூல்கள் ஆகும். இவை இராசவழி கூறியதையே தாங்களும் எதிரொலித்துள்ளன. அவற்றில் ஆய்வோ, தரவோ இல்லை. அவை முதலாம் கயவாகு காமினி குறித்த தரவுகளில் ஒன்றுடன் ஒன்று முரண்படவும் செய்கின்றன. எடுத்துக்காட்டாக, புராதன யாழ்ப்பாணம் நூல் அங்கணாக் கடவில் அமைக்கப்பட்டதுதான் இலங்கையின் முதல் கண்ணகிக் கோவில் என்கிறது, யாழ்ப்பாண சரித்திரம் நூலோ வேலம்பரவையிலுள்ள கண்ணகி கோவிலை முதல் கோவில் என்கிறது. இவை அனைத்தும் ஆதாரமற்ற ஊகங்களே. எனவே சிலப்பதிகாரத்தில் உள்ள கயவாகுதான் கயவாகு காமினி என்பதற்கு ஏற்கத்தக்க, பழைமை வாய்ந்த ஆதாரங்கள் இல்லை.

ஏன் நாம் கயவாகு என்ற பெயரையே ஒரு ஆதாரமாக எடுத்துக் கொள்ள இயலாது? அதுதான் இலங்கையிலும் சிலப்பதிகாரத்திலும் உள்ளதே? என்றால் அதற்கான பதில் கயவாகு என்பது தனி ஒரு அரசருக்கு உரிய பெயர் அல்ல, மாறாக அது ஒரு அரசவம்சத்தின் கிளைக் குடிப் பெயர் என்பது ஆகும்!

1.5. இன்னும் சில கயவாகுகள்!

'கயவாகு' என்று சிலப்பதிகாரத்தில் உள்ள பெயரை இலங்கையை ஆண்ட முதலாம் கயவாகு என்ற அரசனின் பெயர் எனக் கருதியதுதான் இந்தச் சிக்கல்கள் அனைத்திற்கும்

காரணம். கயவாகு என்பது இலங்கையில் அரசர்களின் இயற்பெயராக அல்லாமல் அரசகுடியின் கிளைப்பெயராக இருந்ததற்கும், மகாவம்சம் கூறும் முதலாம் கயவாகுவுக்கு முன்னரே இன்னும் சில கயவாகுகள் இலங்கையை ஆட்சி செய்ததற்கும் வேறு வரலாற்று நூல்களில் சான்றுகள் உள்ளன.

மகாவம்சம், தீபவம்சம் போல இலங்கையின் வரலாற்றைக் கூறும் இன்னொரு வரலாற்று நூல் 'மட்டக்களப்பு மான்மியம்' ஆகும். இந்நூலில் வரலாற்று நிகழ்வுகள் கலியாண்டு என்ற ஆண்டுமுறையைப் பயன்படுத்திக் கூறப்பட்டுள்ளன. கலியாண்டு என்பது தமிழகத்தில் பயன்படுத்தப்பட்ட மிகப் பழைமையான ஆண்டு முறை ஆகும். பாண்டியர்களும் ஆய் மன்னர்களும் இந்த ஆண்டுமுறையை வெகுவாகப் பயன்படுத்தியுள்ளனர். இந்தக் கலியாண்டின் கணக்கு கி.மு.3102ஆம் ஆண்டில் இருந்து கணக்கிடப்படுகிறது.

மகாவம்சம் இலங்கையின் வரலாற்று நூலாகக் கருதப்பட்டாலும், அதில் உள்ளவை முழு இலங்கையின் வரலாறோ, சிங்களர்களின் உண்மையான வரலாறோ அல்ல. இதனை 'மட்டக்களப்பு மான்மியம் ஓர் ஆராய்ச்சி' நூலில் தனபாக்கியம் குணபாலசிங்கம் அவர்கள்,

'மகாவம்சம் சிங்கள மன்னர் ஆட்சிகளையும் அவர்கள் பேணிப் பாதுகாத்த பௌத்தமத வரலாற்றையும்பற்றி எழுந்த நூலாகையினால், இலங்கையின் பிறபாகங்களிலிருந்த சுயாதீன அரசுகளை முற்றாக இருட்டடிப்பு செய்துவிட்டது.' எனக் குறிப்பிட்டுள்ளார்.

இலங்கை வரலாற்று ஆய்வில் மகாவம்சத்திற்கு மாற்று தேவைப்படும் சூழலில் மட்டக்களப்பு மான்மியம் நூலின் செய்திகள் பல இடங்களில் மகாவம்சம் கூறும் செய்திகளில் இருந்து மாறுபட்டுள்ளன. இந்நூல் மகா வம்சத்தைப்போல, சிங்களர்கள் சிங்கங்களுக்குப் பிறந்தவர்கள் என்று மட்டக்களப்பு மான்மியம் கூறவில்லை. சிங்களர்களின் போலிப் பெருமைகளை இந்நூல் கூறவில்லை. அவர்களின் உண்மை வரலாற்றைக் கூறுகிறது.

எடுத்துக்காட்டாக இலங்கைக்குப் படகில் வந்த விஜயன், அப்போது அங்கு ஆட்சியில் இருந்த இரகுவம்சத்து (இக்வாகு குலத்து) அரசனான காளிசேனன் என்பவரிடம் எப்படி முதலில் நட்பாக நடந்துகொண்டார் என்பதையும், பின்னர் தன் மனைவி குவேனியோடு சேர்ந்து சூழ்ச்சி செய்து

தூங்கும் காளிசேனனை விஜயன் எப்படி வெட்டிக் கொன்று ஆட்சியைப் பிடித்தார் என்பதையும் இந்நூல் விளக்குகிறது.

மகாவம்சத்தில் கூறப்படும் சிங்களப் பேரரசர்கள் பலரைப் பற்றியும் இந்த நூலில் குறிப்புகள் இல்லை, மிகக் குறிப்பாக மகாவம்சம் கூறும் பராக்கிரமபாகுவைப் பற்றி இந்த நூலில் எந்தக் குறிப்பும் இல்லை. ஆனால் மகாவம்சம் கூறாத பல அரசர்களை இந்நூல் குறிப்பிடுகிறது.

இந்த நூலின் அமைப்பைக் கொண்டு இது இலங்கையில் எழுந்த பல பழைய வரலாற்று நூல்களை ஒட்டிவந்த வழிநூல் என்றும், ஆனால் இதன் மூல நூலாக மகாவம்சம் இல்லை என்றும் ஆய்வாளர்கள் கூறுகின்றனர்.

மட்டக்களப்பு மான்மியம் நூலைப் பதிப்பித்த எஃப். எக்ஸ்.சி.நடராசா அவர்கள் இதன் பழைமை மற்றும் நம்பகத்தன்மையைப் பற்றிக் கூறும் இடத்தில்,

'இந்நூலின் வசனநடை, சொற்பிரயோகம் இவற்றை நோக்கும்போது பழைமைக்கும், புதுமைக்கும் இடனாக அமைகின்றது. வசனநடை பலபடியாக வளர்ந்து வந்திருக்கின்றது. கதை சொல்லுவது போல நீண்ட வசனங்களும், விளக்கிக் காட்டுவது போல் சிறு சிறு வசனங்களும் காணப்படுகின்றன. யாழ்ப்பாண வைபவமாலையின் வசனநடைவேறு, இதன் வசன நடைவேறு. வகுத்தும் தொகுத்தும் காட்டுவது போன்று நூல் நடந்து செல்கின்றது. சொற்பிரயோகங்களும் விசித்திரமானவை. இக்காலத்து வழங்கும் சங்கதச் சொற்களுமுள. இவையெல்லாவற்றையும் நோக்குமிடத்து இந்நூல் யாரோ ஒருவரால் மாத்திரம் செய்யப்பட்டதென்று துணிவதற்கில்லை. பல்லோராற் பற்பல காலங்களிற் செய்யப்பட்டதென்பதே புலனாகின்றது. இதனை எழுதியவர்கள் யாவரும் உண்மை வரலாறு அறிந்தவர்களாகவே தோற்றப்படுகின்றனர். பண்டைய வரலாறுகளில் அபிப்பிராயபேதம் இருப்பதால் அவைபற்றி உறுதியாக எதுவுஞ் சொல்லமுடியாது.' என்று கூறியுள்ளார்.

மட்டக்களப்பு மான்மியம் நூலின் மூல நூல்கள் இப்போது நமக்குக் கிடைக்கவில்லை. அதனால் இலங்கை வரலாற்றின் இன்னொரு பக்கத்தை மட்டக்களப்பு மான்மியம் நூல் நமக்குத் தருகின்றது.

இந்நூல் கூறும் வரலாற்றின்படி புவனேக கயவாகு என்ற அரசன் கி.பி.28 (கலி 3130)ஆம் ஆண்டிலும் அவன்

மகன் மனுநேய கயவாகு என்ற அரசன் கி.பி.48 (கலி 3150)ஆம் ஆண்டிலும் இலங்கையில் மட்டக்களப்புக்குத் தெற்கே இருந்த உண்ணாசகிரி எனும் நாட்டை ஆட்சி செய்துள்ளனர். இவர்களின் பெயர்களைப் பார்க்கும்போது கயவாகு என்பது தந்தைக்கும் மகனுக்கும் பொதுவான குடிப் பெயர்தான் என்பது தெளிவாகும். இவர்களின் பெயர்களின் தொடர்ச்சியாகவே நாம் கி.பி.2ஆம் நூற்றாண்டில் ஆட்சி செய்த கயவாகு காமினியை நாம் பார்க்க முடிகின்றது.

பாண்டியன் என்ற தமிழகத்தின் அரச குடிப் பெயரை பின்னர் வந்த தெலுங்கு பாளையக்காரர்கள் தங்கள் பெயராகப் பயன்படுத்தினர். வீரபாண்டிய கட்டபொம்மன் கடிதங்களில் அதிகாரபூர்வமாக தனது பெயரை 'ஜகவீர இராம கட்டபொம்ம நாயக்' என்றுதான் குறிப்பிடுகிறார். நாயக் என்பதுதான் குடிப்பெயர். ஆனால் தேவைப்படும்போது வீரபாண்டிய கட்டபொம்மன் என்றும் குறிப்பிடுகிறார். அதைப்போல, கயவாகு என்ற குடிப் பெயரை பின்வந்த சிங்கள அரசர்கள் பெயராகவும் பயன்படுத்தியுள்ளனர். கி.பி.12ஆம் நூற்றாண்டில் இலங்கை பொலனருவையில் ஆட்சி செய்த கஜபாகு (கயவாகு. இவரை சிங்கள வரலாற்றாசிரியர்கள் இரண்டாம் கஜபாகு என்கின்றனர்) இதற்கான எடுத்துக்காட்டு ஆவார்.

தமிழகத்தில் கிள்ளி, சென்னி உள்ளிட்டவை சோழர்களின் கிளைக் குடிப் பெயர்கள். பூழியன், பொறையன் உள்ளிட்டவை சேரரின் கிளைக் குடிப் பெயர்கள். மாறன், செழியன் உள்ளிட்டவை பாண்டியர்களின் கிளைக் குடிப் பெயர்கள். அதுபோலத்தான் கயவாகு என்பது வாகு என்ற குடியின் கிளைக் குடியைச் சேர்ந்த அரசர்களின் கிளைக் குடிப்பெயர். இது ஒரு தனிப்பட்ட நபரின் பெயர் அல்ல.

இதில் இருந்து சங்ககாலத்தில் கயவாகு என்பது தனியொரு அரசனின் பெயர் அல்ல என்பதும், அது ஒரு அரச மரபினரின் கிளைக் குடிப்பெயர் என்பதும் தெரிய வருகின்றன.

1.6. 'வாகு' அரச மரபு எவ்வளவு பழைமையானது?

வாகு என்ற அரச மரபின் கிளைக்குடியினர் பற்றிய குறிப்புகள் கி.மு.6ஆம் நூற்றாண்டில் இருந்து கிடைக்கின்றன. புத்தரின் சமகாலத்தவரும், ஆசீவகம் என்ற சமயத்தைத்

தோற்றுவித்தவருமான மற்கலிகோசாலரின் இன்னொரு பெயர் கலிவாகு என்பதாகும். இது கலிவாகு என்ற அரச மரபினைக் குறிக்கின்றது. இதுவும் வாகு என்ற மரபின் கிளை மரபு ஆகும்.

ஆய்வாளர் க.நெடுஞ்செழியன் அவர்கள் கலிவாகு என்ற பெயரோடு தொடர்புடைய விவரங்கள் அருங்கலச் செப்பு என்ற நூலில் உள்ளதைத் தனது 'ஆசீவகமும் ஐயனார் வரலாறும்' நூலில்,

'சாமண்ண பாலசூத்திரத்தில் மூன்றாவதாகச் சொல்லப்பட்ட மற்கலியின் சங்கம், அருங்கலச் செப்பில் ஆறாம் சங்கமாகச் சொல்லப்பட்டுள்ளது. அச்சங்கம் பற்றிப் பண்டித அயோத்திதாசர் தருகின்ற விளக்கம் மற்கலி கோசாலர் மட்டுமின்றி அவர் உருவாக்கிய ஆசீவகம் பற்றியுமான பல புதிர்களுக்கும் விடையளிப்பதாய் உள்ளது. அருங்கலச் செப்பில் ஆறாம் சங்கமாகச் சொல்லப்படுவதுகூட, அச்சங்கத்தையும், அதன் நிறுவனரான மற்கலி கோசாலரையும் பெருமைப்படுத்தும் வகையில் அமைந்துள்ளது ஆழ்ந்த எண்ணத் தக்கதாய் உள்ளது.

நகர்வலம் சென்றுவந்தபின் மனக்கலக்கமடைந்த சித்தார்த்தனை இயல்பு வாழ்க்கைக்குத் திருப்பவே ஐந்து சங்கத்தவர்களும் முயன்றனர். ஆயினும் அவர்களின் முயற்சி நிறைவேறவில்லை. இதனால் கலக்கமுற்ற வீணைகோபாலன், சித்தார்த்தனின் தந்தைக்குத் தகவல் தெரிவித்து வேறு யாரேனும் உள்ளனரா? என வினவுகின்றான். அச் சூழலில்தான் மற்கலிகோசாலர் அழைத்துவரப்படுகின்றார். இவ்விளக்கத்தில் மற்கலி கோசாலரின் பெயர் கலிவாகு என்றும், இவர் சித்தார்த்தர் பிறந்த அரச குலத்திற்கு நெருக்கமான உறவுடைய குலத்தைச் சார்ந்தவர் என்றும் காணப்படும் செய்திகள் வரலாற்றுச் சிறப்பு மிக்கவை' என்று குறிப்பிடுகிறார்.

வாகு மரபில் கயவாகு தவிர கலிவாகு, குலவாகு, கணவாகு, வீரவாகு, இக்வாகு (இட்சுவாகு) எனப் பல கிளை மரபுகள் காணப்படுகின்றன. வால்மீகி இராமாயணம், கம்பராமாயணம் போன்ற முக்கிய இராமாயணங்களில் இராமன் இக்வாகு மரபினைச் சேர்ந்தவர் எனக் குறிக்கப்படுவது இங்கு நோக்கத்தக்கது ஆகும்.

இந்நிலையில் 'கயவாகு' என்ற ஒரு கிளைக் குடியின் பட்டப்பெயரை ஒரு குறிப்பிட்ட அரசனின் பெயர் எனக்

கருதிக் காலத்தைக் கணிப்பது வரலாற்றுக்குப் பொருந்துவது அல்ல.

மேலும் சேரன் செங்குட்டுவன் கண்ணகிக்கு விழா எடுத்தபோது அதில் கி.பி.2ஆம் நூற்றாண்டில் வாழ்ந்த முதலாம் கயவாகு கலந்து கொண்டான் என்பதற்கோ, அவன் இலங்கையில் கண்ணகிக்குக் கோவில் கட்டினான் என்பதற்கோ இலங்கையின் வரலாற்று நூல்களான தீபவம்சம், மகாவம்சம் உள்ளிட்ட நூல்களில் சான்றுகள் இல்லை. தொல்லியல் சான்றுகளும் இல்லை.

எனவே சிலப்பதிகாரம் கொடுக்கும் குறிப்பில் இருந்து கண்ணகியை வணங்க வந்த இலங்கை அரசர் கயவாகு மரபைச் சேர்ந்தவர் என்று கணிக்க இயலுமே தவிர, அவரது இயற்பெயர் இல்லாமல் அவரது காலத்தைக் கணிக்க இயலாது.

கயவாகுவின் பெயரைக் கொண்டு காலத்தைக் கணிக்க இயலாது என்றால், அதே பாடலில் உள்ள பிற அரசர்களின் பெயர்களைக் கொண்டு காலம் கணிக்க இயலாதா? அதற்கான சாத்தியங்கள் என்ன? அவற்றை அடுத்துப் பார்ப்போம்...

~

2

பிற அரசர்களின் காலம்

கண்ணகியின் வரலாறு நடந்த காலத்தை அறிய, கண்ணகியை வணங்க வந்த அரசர்களின் பெயர்கள் உண்மையில் ஆதாரங்களாக உதவக் கூடியவையா? என்பதை முதலில் பார்க்க வேண்டும். குழப்பமான ஆதாரத்தை அடித்தளமாக வைத்து வரலாறு எழுதப்படக் கூடாது. கயவாகுவை அடித்தளமாகக் கொள்ளும்போது அதனால் என்ன சிக்கல் நேர்கின்றது என்பதை முன்னர் பார்த்தோம். இப்போது கயவாகுவோடு குறிப்பிடப்பட்ட பிற அரசர்களின் பெயர்கள் தெளிவான காலக் கணிப்புக்கு உதவுமா என்று பார்ப்போம்.

சிலப்பதிகாரத்தின் வரந்தரு காதையில்தான் கயவாகுவையும் பிறரையும் குறிப்பிடும்

> 'அரும் சிறை நீங்கிய ஆரிய மன்னரும்,
> பெரும் சிறைக்கோட்டம் பிரிந்த மன்னரும்,
> குடகக் கொங்கரும், மாளுவ வேந்தரும்,
> கடல் சூழ் இலங்கைக் கயவாகு வேந்தனும்'

என்ற வரிகள் வருகின்றன. (வரந்தரு காதை பிற்சேர்க்கை என்றாலும், அதன் நோக்கம்

கண்ணகி வழிபாடு எப்படிப் பரவியது என்பதைக் காட்டுவதுதான் என்பதால் அதில் உள்ள வரிகள் தவறான தகவல்களைக் கொண்டு எழுதப்படவில்லை. இது குறித்துப் பின்னர் பார்ப்போம்). ஆய்வு செய்து பார்க்கும்போது இந்த வரிகள் உண்மையாகவே சேரன் செங்குட்டுவனின் சமகால அரசர்களைத்தான் குறித்துள்ளன என்பதை அறிய முடிகிறது. ஒவ்வொருவராக அந்த அரசர்களைப் பற்றியும் அவர்களின் காலத்தைப் பற்றியும் காண்போம்...

'அரும் சிறை நீங்கிய ஆரிய மன்னரும்,
பெரும் சிறைக்கோட்டம் பிரிந்த மன்னரும்'

என்ற முதலிரண்டு வரிகள் சிறையில் இருந்து வெளிவந்த ஆரிய மன்னர் (கனகர் விசயர்) மற்றும் அவர்களுக்கு ஆதரவாக இருந்த பிற மன்னர்கள் கண்ணகியை வணங்கியதைக் கூறுகின்றது. இவர்கள் பக்தியால் கண்ணகியை வணங்கவில்லை, விடுதலைக்காக வேறு வழியில்லாமல் வணங்கியிருக்கிறார்கள். அதனால் இவர்களின் நாடுகளில் கண்ணகி வழிபாடு பரவவில்லை.

பெருஞ்சிறைக் கோட்டம் பிரிந்த மன்னர்கள் யாவர்? எனத் தேடும்போது கனகர் விசையரோடு போருக்கு வந்த பிற வடநாட்டு அரசர்களின் பெயரை சிலப்பதிகாரத்தின் கால்கோட் காதையின் வரிகள் நமக்குத் தருகின்றன. அந்த வரிகள்:

'உத்தரன், விசித்திரன், உருத்திரன், பைரவன்,
சித்திரன், சிங்கன், தனுத்தரன், சிவேதன்,
வடதிசை மருங்கின் மன்னவர் எல்லாம்'

இந்த வரிகளில் இருந்து உத்தரன், விசித்திரன், உருத்திரன், பைரவன், சித்திரன், சிங்கன், தனுத்தரன், சிவேதன் ஆகிய வடக்கு அரசர்களின் பெயர்கள் நமக்குக் கிடைக்கின்றன. இவர்கள் அனைவருமோ அல்லது இவர்களின் பிழைத்துப் பிடிபட்டவர்கள் மட்டுமோ கண்ணகியை வணங்கியிருக்கலாம்.

மேலும் அதே கால்கோட் காதையில், சேரனின் வடக்குப் படையெடுப்புக்கு முன்னர் நடந்த ஒரு விருந்து குறிப்பிடப்பட்டுள்ளது. அந்த விருந்தில் வடக்கு அரசர்கள் சிலர் தமிழர்களை இகழ்ந்து பேசியுள்ளனர் என்ற செய்தி கூறப்படுகின்றது. அந்த வரிகள்:

‘பால குமரன் மக்கள் மற்றவர்
காவா நாவில் கனகனும் விசயனும்
விருந்தின் மன்னர் தம்மொடும்கூடி’

இதில் இருந்து பாலகுமாரன் மக்கள் மற்றும் மற்றவர் இருந்த விருந்தில் கனகர் விசயர் ஆகியோர் வாயடக்கம் இல்லாமல் பேசினர் என்பது தெரியவருகின்றது. வடக்கில் அவ்வளவு அரசர்கள் இருந்தாலும் கல் சுமக்க கனகர், விசயர் என்ற இந்த இருவர் தேர்வு செய்யப்பட்டதன் காரணமும் இதனால் புரிபடுகிறது.

2.1. யார் இந்த பாலகுமாரன் மக்கள்?

மகதப் பேரரசை ஆட்சி செய்த ஹரியங்கா வம்சத்தின் மூன்றாவது பேரரசர் உதயணன் ஆவார். இவரது தந்தை அஜாதசத்ரு, தாத்தன் பிம்பிசாரன். உதயணன் காலத்தில் மகதப் பேரரசு வலிமையாக இல்லை. ஆனால், அருகில் இருந்த அவந்தி நாடு வலிமையாக இருந்தது. அவந்தியின் அரசனும் உதயணனின் மாமனாருமானவன் பிரச்சோதனன் ஆவார். இந்தப் பிரச்சோதனன் தனக்கு வரிகட்டாத உதயணனை எப்படி சிறையிலிட்டார் என்ற கதை இந்தியா முழுக்க ஒருகாலத்தில் பிரபலமாக இருந்தது. தமிழில் அது பெருங்கதை என்ற பெயரில் சுமார் கி.பி.7ஆம் நூற்றாண்டில் நூலாக எழுதப்பட்டது.

பத்தாயிரம் மனைவிகளை மணந்தவனாகக் கூறப்படும் பிரச்சோதனனின் மூன்று மகன்களின் பெயர்கள் பெருங்கதையில் உள்ளன. அவை பாலகன், பாலகுமாரன், கோபாலகன். இவர்கள் அனைவருமே பாலன் எனப் பொதுப்பெயர் பெற்றிருப்பதை ஒப்பாய்வில் அறியலாம். இந்த பிரச்சோதனனின் பிள்ளைகள் அனைவரும் ‘பாலகுமாரர்’ எனப் பொதுப்பெயரால் அழைக்கப்பட்டு உள்ளனர். அந்த பாலகுமாரர்களின் வழித்தோன்றல்களே பாலகுமாரன் மக்கள் ஆவர்.

வடக்கே நடந்த விருந்தில் இந்த பாலகுமாரன் மக்கள் மரபைச் சேர்ந்த அரசர்களும் பிறரும் இருந்தபோதுதான் கனகரும் விசயரும் தமிழ் மன்னர்களை இழிவாகப் பேசியுள்ளனர். அதைத்தான்

'பால குமரன் மக்கள் மற்றவர்'

என சிலப்பதிகாரத்தின் கால்கோட் காதை வரிகள் குறிப்பிடுகின்றன.

உதயணன், பிரச்சோதனன் ஆகியோரின் காலம் கி.மு.5ஆம் நூற்றாண்டு ஆகும். பிரச்சோதனனின் மக்களின் வாரிசுகளான 'பாலகுமாரன் மக்கள்' கி.மு.4ஆம் நூற்றாண்டைச் சேர்ந்தவர்களாக இருக்கலாம்.

2.2. கனகர் விசயர் ஒருவரா? இருவரா?

பாலகுமாரன் மக்களுக்கு அடுத்து குறிப்பிடப்படுபவர்கள் கனகர் விசயர் ஆவார்கள். கனகர் விசயர் என்பவர் ஒரே நபரா அல்லது இருவேறு நபர்களா? என்ற கேள்வியும் சிலநேரங்களில் முன்வைக்கப்படுகிறது. மேற்குறிப்பிட்ட பாடலிலேயே

'காவா நாவில் கனகனும் விசயனும்'

என்று கூறப்படுவதில் இருந்து அவர்கள் இருவர் என்பது உறுதிப்படுகின்றது. இதே கால்கோட் காதையில் உள்ள

'காய்வேற் தடக்கைக் கனகனும் விசயனும்'

(கால்கோட் காதை)

என்ற வரியும் கனகனும் விசயனும் இருவேறு நபர்கள் என்பதைக் காட்டுகின்றன.

அதேசமயம் பதிற்றுப்பத்தின் 5ஆவது பத்தின் பதிகத்தில் உள்ள 'ஆரிய அண்ணலை' என்ற சொற்களைக் கொண்டு 'அண்ணல்' என ஒருமையில் உள்ளதால் கனகவிசயர் என்பது ஒருவரே என்று வாதிடுவோரும் உண்டு.

ஆனால், பொதுவாக ஒரு நாட்டை இருவர் ஆட்சி செய்தாலும் ஒருவர்தான் அரசராகக் குறிப்பிடப்படுவார் என்பது மரபாகும். சோழர் காலத்தில் ஒரே நேரத்தில் சுந்தர சோழனும் ஆதித்த கரிகாலனும் ஆட்சி செய்துள்ளனர். அதுபோல உத்தம சோழனும் இராஜராஜனும் ஒரே காலத்தில் ஆட்சி செய்துள்ளனர். இராஜராஜனும் இராஜேந்திரனும் கூட ஒரே காலத்தில் ஆட்சி செய்தவர்கள்தான் *(இதுகுறித்து ஆதித்த கரிகாலன் கொலை நூலில் விரிவாக எழுதியுள்ளேன்)*. ஆனால், இக்காலக் கல்வெட்டுகள் பலவற்றிலும் 'சோழ அரசர்' என்று ஒருமையில்தான் காணப்படுகின்றது.

பாண்டியர்களின் மரபே ஒரே நேரத்தில் பலர் ஆட்சி செய்வதுதான். அவர்களைக் குறிக்கும் இடங்களிலும் ஒருமையே பயன்படுத்தப்பட்டுள்ளது. இதனால் ஒருவர்தான் ஆட்சி செய்தார் எனக் கொள்ள இயலாது.

சிலப்பதிகாரத்தையே உற்று கவனித்தால்,

'அரும் சிறை நீங்கிய ஆரிய மன்னரும்,
பெரும் சிறைக்கோட்டம் பிரிந்த மன்னரும்'

என்ற வரிகளில் 'சிறைக்கோட்டம் பிரிந்த மன்னர்' என்பது ஒருமைதான். இதனைக் கொண்டு சேரர்கள் ஒரே ஒரு மன்னரைத்தான் சிறையில் வைத்தார்கள் எனக் கூற இயலாது. சேரர்கள் நிறைய வடக்கு அரசர்களுடன் போரிட்டனர் என்ற அகச்சான்றைக் கொண்டே நாம் இந்த வரிகளை அணுகுகிறோம், அந்த அரசர்களின் பெயர்களைத் தேடுகிறோம். அதே போக்கைத்தான் 'ஆரிய அண்ணல்', 'ஆரிய மன்னர்' ஆகிய சொற்களை அணுகுவதிலும் நாம் கடைப்பிடிக்க வேண்டும்.

மேலும் ஒரு சிலையைச் செதுக்குவதற்காகக் கல்லைக் கொண்டுவரும்போது அந்தக் கல்லின் எடை சிலையின் எடையை விட அதிகமாக இருக்கும் என்பது நாம் அறிந்ததுதான். அப்படி இருக்க எடைமிக்க கல்லைத் தூக்கக் குறைந்தது இருவர் தேவைப்பட்டிருப்பார்கள். எனவே கனக விசயர் என்போர் இராம இலக்குவனர்போல இருவர் எனக் கொள்வதே பொருத்தம் ஆகும்.

ஆரிய மன்னர்களான கனகர், விசயர் பெரும் சிறைக்கோட்டத்தில் இருந்த உத்தரன், விசித்திரன், உருத்திரன், பைரவன், சித்திரன், சிங்கன், தனுத்தரன், சிவேதன் ஆகியோரின் பெயர்களைக் கொண்டு இவை அவர்களின் தனிப் பெயர்களா? குடிப்பெயர்களா? என்றே அறியாமல் காலக் கணிப்பு செய்வது தவறான கணக்கீட்டில் முடியக் கூடியது ஆகும்.

எடுத்துக்காட்டாக, சாதவாகனர் என்போர் சிலம்பில் நூற்றுவர் கன்னர் என அழைக்கப்படுகின்றனர். அவர்களைக் கன்னர் என்று கூடக் குறிப்பிட இயலும். இதனால் சாதவாகனர் என்பதைக் குறிக்க அந்தச் சொல்லின் உச்சரிப்பில் இருந்து மாறுபட்ட கன்னர் என்ற சொல் பயன்பட்டுள்ளது.

கிரேக்கர்களை யவனர்கள் எனத் தமிழ் இலக்கியங்கள் அழைக்கின்றன. இப்படி ஒவ்வொரு அரச குடிக்கும் நாம் பொதுவாக அறிந்த பெயர்களும் சிலப்பதிகாரத்தின் காலத்தில் இருந்த பெயர்களும் இடையே நிறைய வேறுபாடுகள் உண்டு. எனவே இந்தப் பெயர்கள் எதுவும் உறுதியான காலக் கணிப்பிற்கு உதவாது. மாற்றாக காலக் கணிப்பைச் செய்துவிட்டுதான் இந்தப் பெயர்களை அதில் பொருத்த இயலும்.

2.3. குடகக் கொங்கர்:

மேற்கண்ட வரிகளின் அடுத்த இரண்டு வரிகளான

'குடகக் கொங்கரும், மாளுவ வேந்தரும்,
கடல் சூழ் இலங்கைக் கயவாகு வேந்தனும்'

என்பனவற்றில் குறிப்பிடப்படும் குடகக் கொங்கர், மாளுவர் ஆகியோரின் காலங்களை நாம் அடுத்து ஆய்வு செய்ய உள்ளோம்.

கண்ணகி வழிபாடு கொங்கர் நாட்டில் ஏற்படப்போகின்றது என்பதை ஒரு முன்னறிவிப்பாக இளங்கோவடிகள் சிலப்பதிகாரத்தில் பதிவு செய்துள்ளார். சிலப்பதிகாரத்தின் வேட்டுவ வரியில் குறிப்பிடப்படும் கொற்றவை விழாவில் கொற்றவை தன்மீது இறங்கிய சாலினி என்பவள் கண்ணகியை நோக்கி,

'இவளோ கொங்கச் செல்வி, குடமலையாட்டி
தென்றமிழ்ப் பாவை செய்த தவக் கொழுந்து
ஒருமாமணியாய் உலகிற்கு ஓங்கிய
திருமாமணி' என்பார்.

எனவே கொங்கர் கண்ணகி வழிபாட்டை ஏற்றது வரந்தரு காதைக்கு முன்னரே பதிவு செய்யப்பட்ட செய்தி ஆகும். இதனால் வரந்தரு காதை மீதான எந்த ஐயமும் இதனை பாதிக்காது. கண்ணகி கொங்கர்களின் தெய்வமானதை இளங்கோவடிகளுக்கும் உடன்பாடு உடைய செய்தி என ஐயத்திற்கு இடமின்றி நம்பலாம்.

அங்கு உள்ள **'குடகக் கொங்கர்'** என்று முழுச் சொல்லையும் சேர்த்துப் பார்ப்பதே பயன்தரக் கூடியது ஆகும். ஏனெனில் கொங்கர் - கோசர் என்பவை அடிப்படையில் இருவேறு இனத்தைச் சேர்ந்தவர்களைக் குறிக்கும் சொற்கள் ஆகும்.

குடகர் என்பவர் ஒரு நாட்டைச் சேர்ந்தவர், கொங்கர் என்பவர் வேறு நாட்டைச் சேர்ந்தவர். ஆனால் 'குடகக் கொங்கர்' எனக் குறிப்பிடப்படுவோர் அடிப்படையில் இரண்டு நாட்டையும் சாராதவர்!

ஆனால், சிலப்பதிகாரத்தை விளக்கிய பலரும் கெடுவாய்ப்பாக இதனைப் பெரிதும் விளக்கவில்லை.

அரும்பத உரையாசிரியர் **'குடகக் கொங்கராவார் கொங்கிளங்கோசர். கொங்கிளங்கோசராவார் குறும்பு செலுத்துவார் சில வீரர்'** என உரை எழுதியுள்ளார். இதனை எளிய தமிழில், 'குடகக் கொங்கர்கள்தான் கொங்கிளங்கோசர்கள். கொங்கிளங்கோசர் எனப்படுவோர் சிறிய பரப்பில் ஆட்சிசெய்யும் சில வீரர்கள்' எனக் கூறலாம்.

அடியார்க்கு நல்லார் குடகக் கொங்கர் என்பதை **'கொங்கு மண்டிலத்து இளங்கோவாகிய கோசர்'** என்று விளக்கினார்.

இவர்கள் சொன்னதில் குடகக் கொங்கர்கள் என்று குறிப்பிடப்படுவோர் கொங்கிளங் கோசர்கள்தான் என்பது வரையில் சரியாகும்.

சிலப்பதிகாரத்தின் உரைபெறு கட்டுரையில் உள்ள,

'அது கேட்டுக் கொங்கிளங்கோசர், தங்கள் நாட்டகவயின் மங்கைக்கு விழவொடு சாந்தி செய்ய மழை தொழில் என்றும் மாறாததாயிற்கு' என்ற வரிகளை நோக்கினால் அதில் கொங்கிளங்கோசர் எனக் குறிப்பிடப்படுவோரும், பின்னர் வரந்தரு காதையில் குடகக் கொங்கரும் ஒன்றே என அறியலாம். இது அகச்சான்று ஆகும்.

ஆனால், இவர்கள் அரும்பத உரைக்காரர் சொன்னபடி சிற்றரசர்களும் இல்லை, அடியார்க்கு நல்லார் சொன்னபடி வேந்தர் வழியில் வந்த இளையவர்களும் இல்லை. அப்படியானால் யார் இந்த 'குடகக் கொங்கர்'களான 'கொங்கிளங்கோசர்'?

குடகக் கொங்கர், கொங்கிளங்கோசர் ஆகிய சொற்கள் மேம்போக்காகப் பார்க்கும்போது 'குடகுப் பகுதியைச் சேர்ந்த கொங்கர், கொங்குப் பகுதியைச் சேர்ந்த இளம் கோசர்' என்ற பொருள்களைத் தந்தாலும், அவை உண்மை அல்ல. அது குறித்துப் புரிந்துகொள்ள முதலில் குடகுக்கும் சேரருக்கும்

உள்ள தொடர்பையும், பின்னர் சேரருக்கும் கோசருக்கும் உள்ள தொடர்பையும் நாம் அறிய வேண்டும்.

2.4. குடகும் சேரரும்...

சிலப்பதிகாரம் நடந்த காலகட்டத்தில் தமிழகத்திற்கு மேற்கே (குட திசையில்) அமைந்த குடமலை (அல்லது பெருமலை)யையும் குடவன் நதி என்ற ஆற்றையும் தனது அங்கங்களாகக் கொண்ட நாடு குடநாடு என அழைக்கப்பட்டது.

அந்த நாட்டில் கொல்லிமலை, சேரராயன் மலை (சேர்வராயன் மலை), திருச்சங்குன்றம் (திருச்செங்கோடு), சங்ககிரி, உதியர்மலை (உதகை) ஆகிய பிற மலைகள் இருந்தன. பேரியாறு (காவிரி), வானி (பவானி), ஆன்பொருந்தம் (பொருநை), காஞ்சி நதி, மணிமுத்தாறு ஆகிய ஆறுகள் ஓடின. சேலம், சின்னசேலம், திருக்கோவலூர், கரூர், ராயவேலூர், தாராபுரி, சின்ன தாராபுரி, கோவை, சத்தியமங்கலம், ஈரோடு, சித்தோடு, பேரோடு, ஆவூர், பொன்கோழி, வெண்கோழி, ஆனைமலை ஆகிய இன்றைய ஊர்களின் பகுதிகள் இருந்தன. இந்தக் குடநாட்டை சிலப்பதிகாரக் காலத்தின்போது ஆட்சி செய்தவர் சேரன் செங்குட்டுவன் ஆவார். இதனால் அவர் 'குடவர்கோ' என அழைக்கப்பட்டார்.

சேரன் செங்குட்டுவனே குடவர்கோ என்ற செய்தியை சிலப்பதிகாரத்தில்,

'வில்லெழுதிய இமயத்தொடு
கொல்லியாண்ட குடவர்கோவே' (குன்றக் குரவை)

என்றும்,

'குடதிசையாளுங் கொற்றவேந்தன்
குடக்கோ குட்டுவன் கொற்றங்கொள்கென'
(நாடுகாண் காதை)

என்றும்,

'கொலைக்களப்பட்ட கோவலன் மனைவி
குடவர்கோவே நின்னாடு புகுந்து' (நீர்ப்படைக் காதை)

என்றும் கூறப்பட்டுள்ள வரிகளால் அறியலாம்.

சேரன் செங்குட்டுவனுக்கு முன்னர் குடகு சேரன் செங்குட்டுவனின் தந்தை நெடுஞ்சேரலாதனின் ஆட்சியில் இருந்தது என்பதை, நெடுஞ்சேரலாதன்

'குடவர் கோமான் நெடுஞ்சேரலாதன்' என்று பதிற்றுப்பத்தில் குறிப்பிடப்படுவதில் இருந்தும், கழாத்தலையார் என்ற புலவர் புறநானூற்றின் 368ஆவது பாடலை 'சேரமான் குடக்கோ நெடுஞ்சேரலாதன்' மீது பாடியதில் இருந்தும் அறியலாம்.

இந்தக் குடநாடு கொங்குநாடு அல்ல, இங்கு வாழ்ந்த மண்ணின் மக்களும் கொங்கர்கள் அல்ல.

2.5. உண்மையான கொங்கரும் கொங்கிளங் கோசரும்...

'கொங்கர்' என்று அழைக்கப்பட்ட ஒரு மரபினர் குடகுநாட்டிற்கு அருகே உள்ள கொங்குநாட்டை ஆண்டு வந்தார்கள். இந்தக் கொங்குநாடு சேரநாட்டின் கிழக்கெல்லை, சோழ நாட்டின் மேற்கெல்லை, பாண்டிய நாட்டின் வடமேற்கெல்லை ஆகியவற்றிற்கு இடைப்பட்ட நாடாக இருந்தது.

மலை நிலத்தில் கால்நடைகளை மேய்த்து வாழ்ந்தவர்கள் கொங்கர்கள் என்பதையும், கால்நடைகளுக்காகப் பாறைகளை உடைத்துக் கிணறு தோண்டியவர்கள் கொங்கர்கள் என்பதையும், ஆழக் கிணறுகளில் சிறிய கோவைகளைக் கட்டி நீர் இறைத்து கால்நடைகளுக்குக் கொடுத்தவர்கள் கொங்கர்கள் என்பதையும், கால்நடைகள் நிறைந்ததே கொங்கர் நாடு என்பதையும்

சங்கப் புலவர் குடவாயிற் கீரத்தனாரின்

'வன்புலம் துமியப் போகிக், கொங்கர்
படுமணி ஆயம் நீர்க்கு நிமிர்ந்து செல்லும்'

என்ற வரிகளாலும்

சங்கப் புலவர் அரிசில் கிழாரின்

'கேண் பரல் முரம்பின் ஈர்ம்படைக் கொங்கர்
ஆ பரந்தன்ன செலவு'

என்ற வரிகளாலும்

சங்கப்புலவர் பாலைக் கௌதமனாரின்

'கயிறுகுறு முகவை மூயின மொய்க்கும்
ஆ கெழு கொங்கர் நாடு'

என்ற வரிகளாலும் அறியலாம்.

கொங்குநாட்டின் மண்ணின் மக்கள் 'கொங்கர்' என அழைக்கப்பட்டது போக, கொங்குநாட்டில் வாழ்ந்த கொங்கர் அல்லாதவர்களும் பிறரால் கொங்கர் என அழைக்கப்பட்டனர்.

இது ஆங்கிலேயர் காலத்தில் தமிழகத்தில் வாழ்ந்த தமிழர்களோடு தெலுங்கர்களும் பிறரால் 'மதராசி' என அழைக்கப்பட்டதைப் போன்றது ஆகும் (இன்றும் வட இந்தியர்கள் அப்படித்தான் அழைக்கிறார்கள்).

பிற்காலத்தில் கொங்குப் பகுதியை ஆட்சி செய்த சேரர்கள் கூட கொங்குச் சேரர்கள் என அழைக்கப்பட்டது இதற்கான சிறந்த எடுத்துக்காட்டு ஆகும்.

எனவே 'குடகக் கொங்கர்' என அழைக்கப்பட்டாலும் கொங்கிளங் கோசர் என அழைக்கப்பட்டாலும் இவர்கள் கொங்கின் மக்கள் அல்ல. குடகின் மக்களும் அல்ல. கோசர்கள் என்பதுதான் இவர்களின் உண்மையான பெயர். யார் இந்த கோசர்கள்?

2.6. கோசர்களும் இளங்கோசர்களும்...

கோசர்கள் சங்ககாலத்தின் தொடக்கத்தில் தமிழகத்திற்குள் வந்தவர்கள். இவர்களை வெளியில் இருந்து தமிழகத்திற்குள் வந்து வாழ்ந்த வெளிநாட்டினர் என்று ஔவை துரைசாமிப்பிள்ளை அவர்கள் கருதுகிறார். அவர் தனது சேர மன்னர் வரலாறு நூலில்,

'சங்ககாலத்தேயே மேலைக் கடற்கரைப் பகுதியில் யவனர் பலர் குடியேறியிருந்தனரென்பது வரலாறு கூறும் செய்தியாகும். அவர்கட்குப் பின் இடைக்காலத்தே சோனகரும், பின்னர் ஐரோப்பியரும் வந்து சேர்ந்தனர். இவ்வாறு வந்தோருள் பாபிலோனிய நாட்டினின்றும் போந்து தென்னாட்டிற்குடியேறியவர் இக்கோசர் என்பதை அறிகின்றோம்.

தைகிரிஸ் (Tigris) ஆற்றுக்குக் கிழக்கில் சாகராமலை (Zagros Mountains) பகுதியில் வாழ்ந்த பழங்குடி மக்கட்குக் கோசர் (kosseats) என்பது பெயர். வில் வேட்டம் புரிவதே அவரது தொழில் பின்னர் அவர்கள் மலையடியில் வாழ்ந்த ஈரானியர் இனத்தைச் சேர்ந்த ஆலநாட்டுக் கிருதர் (Kurds or Kruds) அனுசர் (Anshar) முதலியோருடன் கலந்துகொண்டனர். ஆயினும், அவர்கள் அனைவரையும் கிரேக்க யவனர்கள், கிசியர் (Kissians) என்றும், அவர்கள் நாட்டைக் கிசியா என்றும், அவர்கள் தலைநகரைச் சூசா

(Susa) என்றும் வழங்கினர். சூசா என்பது அவர்கள் மொழியில் நான்கு ஊர்கள் என்றும் நான்கு மொழிகள் என்றும் பொருள்படுமாம்.

இறுதியில் இக்கோசர்கள் (கிசியர்) மேலைக் கடற்கரையில் வந்து தங்கிய யவனரோடு உடன் போந்து துளுநாட்டுக் கடற்கரைப்பகுதியில் நிற்கும் மலைநாட்டில் தங்கி வாழ்ந்தனர். அவர்கள் வாழ்ந்த நாட்டிற்போலத் துளுநாட்டிலும் கால நிலையும் மலை வளமும் பொருந்த இருந்தமையால், உடன் போந்த யவனர்கள் அவரின் நீங்கித் தங்கள் நாட்டுக்குத் திரும்பிய போதும் இக்கோசர்கள் திரும்பிச் செல்லாமல் துளு நாட்டையே தமக்கு வாழிடமாகக் கொண்டனர். ஆயினும், இயல்பாகவே இவர்கள் தங்கள் நாட்டில் நாடோடிகளாய் வாழ்ந்ததனால், அதே முறையில், துளுநாட்டில் தங்கிய போதும் தங்கட்கெனத் தனி நாடொன்று வரைந்து கொள்ளாது நாட்டு வேந்தர்கட்டு விற்படை மறவராய் வாழ்ந்து வருவாராயினர்.

கொண்கான நாட்டு வேளிர் தலைவர்களும் பாயல் மலையில் வாழ்ந்த பிட்டன் முதலிய தலைவர்களும் இக்கோசர்களைத் தமக்குப் படை மறவராகக் கொண்டிருந்தனர். நன்னன் கிளையினர் கொங்கு நாட்டிற் படர்ந்த போது அவர்களோடே இக்கோசர்களும் சென்று தங்கினர். எங்குச் சென்றாலும் அங்கிருந்த வேந்தர்கட்டுப் படை மறவராய் நின்று பணி செய்வதே இவர்கள் தமக்கு உரிமைத் தொழிலாக மேற்கொண்டனர். முதுமையிலும் இளமைப் பண்பு வாடாத உள்ளமும் சொன்ன சொற்பெயராத வாய்மையும் சிறப்பாகவுடையராதலால், இக்கோசரைச் சான்றோர். "இளம்பல் கோசர்" என்றும், "ஒன்று மொழிக்கோசர்" என்றும் விதந்து கூறுவர்.' *என்று கோசர் வரலாற்றைக் கூறுகிறார்.*

கோசர்கள் வடக்கில் இருந்து துளு நாட்டிற்கு வந்தவர்கள் என்றாலும் அவர்கள் அந்நியர்கள் எனக் கருத இயலவில்லை. யவனர்களைப் போல கோசர்கள் மாறுபட்ட மொழியையோ பண்பாட்டையோ கொண்டிருக்கவில்லை. அவர்கள் முதலில் முருகனையும் பின்னர் கண்ணகியையும் வணங்கியுள்ளனர்.

எனவே வடக்கில் வாழ்ந்து, பின்னர் தமிழகம் மீண்ட தமிழர்களாகவே அவர்களை நாம் பார்க்க முடிகின்றது. கோசர்கள் குறித்து மொழி ஞாயிறு ஞா.தேவநேயப் பாவாணர் அவர்கள் தனது தமிழியற் கட்டுரைகள் நூலில்

'கடைக்கழகக் காலத்தில், கோசர் என்றொரு வகுப்பார் மூவேந்தர்க்கும் படைத்தலைவராகவும், தமிழகத்தில் ஆங்காங்கு

வெவ்வேறு சிற்றரசராகவும் இருந்தமை, பழந்தமிழ் நூல்களாலும் செய்யுட்களாலும் அறியக்கிடக்கின்றது. இவ்வகுப்பாரைப்பற்றி அறிஞரிடை பல்வேறு கருத்துகள் எழுந்துள்ளன.

காலஞ்சென்ற ரா.இராகவையங்கார், தம் 'கோசர்' என்னும் ஆராய்ச்சிச் சுவடியில், கோசராவார் காசுமீர நாட்டினின்று வேளிரையடுத்துக் கோசாம்பியைத் தலைநகராகக்கொண்ட வத்த (வத்ஸ) நாட்டு வழியாய்த் தமிழ்நாடு போந்தவர் என்றும்; வத்தம் அல்லது வச்சம் (வத்ஸம்) என்னும் வடசொற்கு இளமைப் பொருளுண்மையாலும் அவர் கோசம் என்னும் ஓர் அரிய சூள் முறையைக் கையாண்டதினாலும், இளங்கோசர் என்னப்பட்டிருக்கலாமென்றும் கோசர் என்னும் பெயருக்குக் கோசம் என்னும் சூள்முறையன்றி, கோசம் (கோசாம்பி) என்னும் நகர்ப்பெயரும், குசர் என்னும் ஆட்டுப் பெயரும், கோசம் (திரவியம்) என்னும் செல்வப்பெயரும், காரணமாயிருக்கலாமென்றும் கோசர் முதற்கண் கொங்கில் வதிந்து பின்பு குடகிற் குடியேறியவர் என்றும்; அகுதை, திதியன், குறும்பியன், ஆதனெழினி, தழும்பன் முதலிய குறுநில மன்னர் கோசர் என்றும்; இது போதுள்ள கைக்கோளரும் செங்குந்தரும் கோசர் மரபினர் என்றும்; பிறவும்; தம் ஆராய்ச்சி முடிபாகக் கூறியுள்ளார். இவற்றுள் ஒன்றிரண்டேயன்றி எல்லாம் உண்மையல்ல.

ஒருசார் அறிஞர், கோசரை வம்ப மோரியர் படைக்கு முன்னணியாக வந்த வடுகராகவுங் கொள்வர். இதுவும் உண்மை அன்று. கோசர் காசுமீரத்தினின்றோ வத்த நாட்டினின்றோ வந்தவர் என்பதற்கு ஒருவகை வரலாற்றுச் சான்றுமில்லை. அவர் தொன்றுதொட்டுத் தமிழ் நாட்டிற் பல்வேறிடங்களில் வாழ்ந்தவரென்பதே, பண்டைத் தமிழ் இலக்கியத்தால் தெரியவருகின்றது. தமிழுக்கும் தமிழ்ப் பண்பாட்டிற்கும் மாறானதொன்றும் அவரைப்பற்றிய வண்ணனைகளிற் காணப்படவில்லை.

"பொய்யா நல்லிசை நிறுத்த புனைதார்ப்
பெரும்பெயர் மாறன் தலைவனாகக்
கடந்தடு வாய்வாள் இளம்பல் கோசர்
இயனெறி மரபில்நின் வாய்மொழி கேட்ப
... ...
மகிழ்ந்தினி துறைமதி பெரும" (மதுரைக். 771-79)

என்று பாண்டியன் தலையாலங்கானத்துச் செருவென்ற நெடுஞ்செழியன் பாடப்படுவதால், பாண்டி நாட்டிலும்,

'... ... ... செல்லூர்க் குணாஅது
பெருங்கடல் முழக்கிற் றாகி யாணர்
இரும்பிடம் படுத்த வடுவுடை முகத்தர்
கடுங்கட் கோசர் நியம மாயினும்" (அகம். 90)

என்பதால் சோழநாட்டிலும்,

"பல்லார்க்கும் ஈயும் பரிசிற் கொடைத்தடக்கை
மல்லார் மணிவரைத்தோள் வண்கோசன்-மல்லலந்தார்
செஞ்சொல் செருந்தைதன் தென்னுறந்தை யென்றாளும்
வஞ்சிக் கொடிமருங்குல் வந்து"
(யாப்பருங்கல விருத்தி. ஒழிபியல்)

என்னும் பழம் பாட்டால், உறையூரிலும்,

"கொங்கிளங் கோசர் தங்கள்நாட் டகத்து"
(சிலப். உரைபெறுகட்டுரை)

என்பதால், கொங்கு நாட்டிலும்,

"கோசர் துளுநாட்டன்ன" (அகம். 15)

என்பதால், துளுநாட்டிலும், கோசர் வதிந்திருந்தமை புலனாம். கொங்குநாடு பிற்காலத்தில் மூவேந்தரிடையும் பிற சிற்றரசரிடையும் அடிக்கடி கைமாறி வந்திருப்பினும், முற்காலத்தில் சேரர்க்கே உரியதாயிருந்திருத்தல் வேண்டும் என்பது,

"சேரர் கொங்குவை காவூர்ந னாடதில்"

என்று அருணகிரிநாதர் பாடியிருப்பதாலும், தகடூராண்ட அதிகமான்குடி வரலாற்றாலும், பிறவற்றாலும் அறியப்படும். கடைக்கழகக் காலத்தில், முத்தமிழ்நாட்டிலும் ஆங்காங்கிருந்த குறுநில மன்னர் தத்தம் வலிமிக்க காலத்து, தத்தம் வேந்தர் தலைமையினின்று திறம்பியதொடு அவர் நாட்டையும் கைப்பற்றினர் என்பதற்கு.

"வாய்மொழி நிலைஇய சேண்விளங்கு நல்லிசை
வளங்கெழு கோசர் விளங்குபடை நூறி
நிலங்கொள வெஃகிய பொலம்பூட் கிள்ளி" (அகம். 205)

'தித்தன் உறந்தை" (அகம். 122)

என்பன சான்றாம். இம் முறையே, கொங்கும் துளுவும் கோசர் வயிற்பட்டிருத்தல் வேண்டும். இளங்கோவடிகள் "குடகக் கொங்கர்" என வரந்தருகாதையிற் குறித்தது, ஒருகால், குடகு நாட்டுக் கோசரை நோக்கியதாயிருக்கலாம். துளுவும், குடகும் ஒரு காலத்தில்

குடகொங்குப் பகுதிகளாக விருந்தன. "குடகக் கொங்கர்" என்று இளங்கோவடிகளும் கூறுதல் காண்க.

திருநெல்வேலி மாவட்டக் கல்லிடைக்குறிச்சித் திருமால் கோவிலுக்குக் கோசர்குடி பெருமாள் கோவில் என்று பெயர். அதே மாவட்டத்துக் கழுகுமலையில் ஒரு தெருவிற்குக் கோசர்க்குடித் தெரு என்று பெயர். கோசருட் பெருந்தமிழ்ப் பாவலரான நல்லிசைப் புலவரும் இருந்தனர் என்பதை, "செல்லூர்க்கோசனார்" (அகம். 66). "கருவூர்க் கோசனார்" (நற்றிணை, 214) என்னும் பெயர்கள் காட்டும். இவையெல்லாம், கோசர் தமிழ்நாட்டிற் கொங்கில் மட்டுமன்றி எங்கும் வதிந்தவர் என்றும், அவர் தமிழரே என்றும் தெரிவிக்கும்.' என்று கூறியுள்ளது இங்கு உற்று நோக்கத் தக்கதாகும்.

தமிழர்களுடன் முழுதும் மாறுபடாத ஆனால் மாற்றுப் பெயரில் அழைக்கப்பட்ட கோசர்கள் யார்? என்று விளக்க முயலும்போது, இங்கு ஒப்பாய்வுக்கு பர்மா தமிழர்கள் பயன்படுகிறார்கள்.

பர்மாவில் நடந்த வன்முறைகளால் அங்கிருந்த தமிழர்கள் தாயகம் திரும்பியது தமிழகத்தின் கடந்த காலத் துயரங்களுள் ஒன்றாகும். அப்படித் தமிழகம் வந்த தமிழர்கள் இனத்தால், மொழியால், கடவுள் நம்பிக்கைகளால் ஒன்றுபட்டு இருந்தாலும் உணவு முறையாலும் உடைகளாலும் மாறுபட்டிருந்தனர். இதனால் இவர்களைப் பிறர் 'பர்மாக்காரர்கள்' என அழைத்தனர். இவர்கள் வாழ்ந்த பகுதிகள் 'பர்மா காலனி' எனப் பெயரிடப்பட்டன. இவர்களுக்கான பொருட்கள் கிடைக்கும் கடைவீதிகள் 'பர்மா பஜார்' என அழைக்கப்பட்டன. அதனால் இவர்கள் தமிழர்கள் அல்ல என்று ஆகிவிடவில்லை. இன்று இந்த பர்மாகாரர்களில் பலர் மீண்டும் தாயக மக்களோடு கலந்துவிட்டனர். கோசர்கள் ஒப்பாய்வில் இவர்களைப் போலவே உள்ளனர்.

தமிழகம் மீண்ட கோசர்கள் மூவேந்தர்களிடமும் பணி செய்தாலும், தங்கள் வாழ்விடப்பகுதியாக முதலில் துளுவையும் பின்னர் கொங்கையும் தேர்ந்தெடுத்தனர் என்பது அறியலாகின்றது. அடுத்து அவர்கள் பரவிய நாடே குடகு நாடு ஆகும். ஏன் அவர்கள் கொங்குநாட்டில் இருந்து குடகுக்கு வந்தார்கள்?

கண்ணகிக்குக் கல் எடுத்த சேரன் செங்குட்டுவனின் சிறிய தந்தையான பல்யானை செல்கெழுகுட்டுவன் கொங்கரை

வென்று கொங்குநாட்டைக் கைப்பற்றினார். அதனைச் சேரநாட்டின் ஆளுகைக்குக் கீழான இன்னொரு நாடாக வைக்காமல் சேரர் அரசின் ஒரு பகுதியாக்கினார். அதன் பின்னர் கொங்கர் வேறு, சேரர் வேறு என்று பிரிக்க இயலாத அளவுக்கு இருவரும் ஒன்றிணைந்தனர்.

இதனை, புலவர் கா.கோவிந்தராசன் அவர்கள் தனது 'தமிழக வரலாறு கோசர்கள்' நூலில்

'பெருஞ்சோற்றுதியன் சேரலாதன் மகனும், இமயவரம்பன் நெடுஞ்சேரலாதன் உடன் பிறந்தோனுமாகிய, பல்யானைச் செல் கெழு குட்டுவன், தன் நாட்டுக்கு அணித்தாக, கொற்றம் மிக்க கொங்கரை வாழ விடல் தன் நாட்டிற்குக் கேடாம் எனும் உண்மை உணர்ந்த உரவோனாதலின், அவன் அக் கொங்கரை வென்று அவர் நாட்டைத் தன் நாட்டோடு இணைத்துக் கொண்டான். அன்று முதல் கொங்கு நாடு, சேர நாட்டின் ஒரு பகுதியாகவே ஆகி விட்டது, சேர வேந்தர்களும் கொங்கு நாட்டுக் கோவேந்தர் என்னும் பெயர் பெறலாயினர் பல்யானைச் செல்கெழுகுட்டுவனின் தம்பியாகிய இளஞ்சேரல் இரும்பொறை, 'கொங்கர் கோ' என அழைக்கப் பெற்றான். இவ்வரலாறு உணர்த்துவன பின் வரும் பதிற்றுப் பத்துப் பாடல்கள்.

'ஆ கெழு கொங்கர் நாடு அகப்படுத்த
வேல் கெழு தானை வெருவரு தோன்றல்'
- பாலைக் கௌதமனார்.

'நாரரி நறவின் கொங்கர் கோவே' - பெருங்குன்றூர் கிழார்.

'கட்டிப் புழுக்கின் கொங்கர் கோவே'
- பெருங்குன்றூர் கிழார்.'

என்று குறிப்பிடுகிறார்.

இதிலிருந்து குடகுநாட்டை ஆண்டுவந்த சேரர்கள், கொங்குநாட்டைத் தங்கள் ஆட்சியில் இணைத்ததால் கொங்கில் இருந்த கோசர்கள் குடகுக்கு வந்தனர் எனத் தெளியலாம்.

இந்தக் கோசர்களில் ஒரு பிரிவினர் இளங்கோசர் என அழைக்கப்பட்டனர். இன்னொரு பிரிவினர் முதுகோசர் என அழைக்கப்பட்டனர். முதலில் வந்தவர்கள் முதுகோசர், பின்பு வந்தவர்கள் இளங்கோசர் எனப் பிரிக்கப்பட்டிருக்கலாம் எனபது ஆய்வாளர்களின் ஊகம்.

இவர்களில் இளங்கோசர்கள் கொங்கில் இருந்து குடகுக்கு வந்தபோது ‘குடகக் கொங்கர்கள்’ (குடகுக்கு வந்த கொங்கு மக்கள்) அல்லது ‘கொங்கிளங் கோசர்கள்’ (கொங்கின் இளங்கோசர்கள்) என அழைக்கப்பட்டனர். எனவே அடிப்படையில் கோசர்கள் குடகின் மக்களும் அல்ல, கொங்கின் மக்களும் அல்ல. குடகுக்கு கொங்கின் வழியாக வந்தவர்கள். குடகில் கொங்கின் மக்களாக அறிமுகமானவர்கள்.

இவர்களை சேரரின் கீழ் ஆட்சி செய்த சிற்றரசர்கள் அல்லது சேரரின் நம்பிக்கைக்கு உரிய கொங்கு நாட்டு அதிகாரிகள் என்றே பார்க்க முடிகின்றது. அதனால்தான் இவர்கள் சேரனைப் பின்பற்றியுள்ளனர். அதன் தொடர்ச்சியாகத்தான் இவர்கள் கண்ணகி வழிபாட்டிலும் பங்கேற்று உள்ளனர். இவர்களின் குறிப்பைக் கொண்டு எந்தவகையிலும் சிலம்பின் காலத்தைக் கணிக்க இயலாது. ஆனால், இவர்கள் உண்மையாகவே கண்ணகி வழிபாட்டில் ஈடுபட்டவர்கள்தான் என்பதை மறுக்கவும் இயலாது.

2.7. மாளுவர் யார்?

வரந்தரு காதையில் உள்ள மாளுவர் என்ற அரச குடிப் பெயர் மிகவும் கவனிக்கப்பட வேண்டியது ஆகும். பொதுவாக இந்திய வரலாற்றின்படி மாளுவர் எனப்படுவோர் அவந்தி தேசத்தின் அரசர்கள் ஆவார்கள். இவர்களின் அரசு கி.பி.78ஆம் ஆண்டில் வீழ்த்தப்பட்டது. அதன் பின்னர் மாளுவர்கள் எங்கும் ஆட்சி செய்யவில்லை. இதனைக் கொண்டு வரந்தரு காதையில் மாளுவரின் பெயர் வந்ததே முரணானது என்று கூறுவோரும் உண்டு.

ஆனால், வட அரசர்களை முதல் இரண்டு வரிகளில் குறித்த வரந்தரு காதையின் பாடல் வரிகள், சேரரோடு தெற்கில் உள்ள இளங்கோசரை மூன்றாவது வரியில் குறிப்பிட்டுவிட்டு, மீண்டும் வடக்கில் உள்ள மாளுவரைக் குறிப்பிட்டுவிட்டு, இறுதியில் மீண்டும் தெற்கில் உள்ள இலங்கை அரசர் கயவாகுவைக் குறிப்பிடுகிறது என்பது ஏற்கத்தக்கதாக இல்லை.

ஒருவேளை வட இந்திய மாளுவர் கண்ணகி வழிபாட்டை ஏற்றுக்கொண்டார் என்றால், அதை சிலப்பதிகாரம் இன்னும் விரிவாகவே எழுதியிருக்கும். ஆனால், சிலம்பில் அப்படி

இல்லை. அப்படி நடந்ததற்கு வரலாற்றுச் சான்றுகளும் இல்லை.

எனவே இங்கு வரந்தரு காதையின்

'அரும் சிறை நீங்கிய ஆரிய மன்னரும்,
பெரும் சிறைக்கோட்டம் பிரிந்த மன்னரும்,
குடகக் கொங்கரும், மாளுவ வேந்தரும்,
கடல் சூழ் இலங்கைக் கயவாகு வேந்தனும்'

என்ற வரிகளில் முதலிரண்டு வரிகள் வடக்குக்கும், பின்வந்த இரண்டு வரிகள் தெற்குக்கும் ஒதுக்கப்பட்டன எனக் கொள்வதுதான் முறையாகத் தெரிகின்றது.

அப்படியானால் கோசர்கள் தெற்கில் இருந்ததுபோல மாளுவர்களும் தெற்கில் இருந்தார்களா? அவர்களைப்பற்றி சிலப்பதிகாரம் எங்காவது கூறுகின்றதா?

தமிழகத்தில் அதிகம் ஆய்வு செய்யப்படாத வரலாறு கொங்குப் பகுதிக்கு உண்டு. மற்ற பேரரசுகள் தங்கள் எல்லைகளை விரிவாக்கம் செய்ய விரும்பியபோதும், மற்ற நிலங்களில் உள்ள மக்கள் பேரழிவுகளைச் சந்தித்தபோதும், கொங்குக்குத்தான் வந்தார்கள். இதனால் பல்வேறு காலங்களில் தமிழகத்தின் மூவேந்தர்களும் கொங்கில் தங்கள் ஆதிக்கத்தைச் செலுத்தி உள்ளார்கள்.

இவையெல்லாம் போக இந்திய நாட்டின் பிற பகுதிகளில் இருந்த தமிழர்களும்கூட கடின காலங்களில் கொங்குக்கே வந்தார்கள் என்பதும், அவர்கள் கொங்கில் சிற்றரசர்களாக அரசாண்டார்கள் என்பதும் ஆச்சரியம் அளிக்கும் செய்திகள் ஆகும். இப்படி கொங்குக்கு மீண்டு வந்த ஒரு பிரிவினர்தான் மாளுவர்கள்!.

தமிழக மாளுவ மன்னர்களைக் குறித்து கே.பழனிச்சாமிப் புலவர் எழுதிய 'கொங்குச் செல்வி' நூல் பல முக்கியத்துவம் வாய்ந்த செய்திகளைக் கொடுக்கின்றது. அவை உங்களுக்காக:

'கொங்கு நாட்டில் காவிரியின் வடகரைப் பகுதியைத் தமக்குரிய நிலமாகக் கொண்டு மாளுவ மன்னர்தம் பரம்பரையார், பண்டு மாளுவர் என்ற பெயருடன் வசித்து வந்தனர். இவர்கள் தென்னாட்டுக் கடல் கோளுக்குப் பின் வந்து தங்கிய கூட்டத்தாருள் ஒருவர். கங்கையின் தென்கரைப் பகுதியின்றும் போந்து, காவிரியின் தென்கரைப் பகுதியில் தங்கிய கங்கைகுல வேளிர்கள் தென்திசையார் என்று அழைக்கப்

பெற்றது போலவும், காவிரியின் வடகரையில் தங்கிய இவர்கள் மாளுவர்கள் என்றும், வடகரையார் என்றும் அழைக்கப் பெற்றனர்.

தென்னாடு கடல் கொள்ளப்பட்ட அமயம் வடநாடு சென்ற கூட்டத்தவர் வந்து தென்னாட்டில் தங்கிய அமயம், தாங்கள் வடநாட்டில் எந்தப் பகுதியில் தங்கினார்களோ அந்தப் பகுதியின் பெயரால் பிறர் அழைக்க வாழ்ந்தவர் ஆவர். கடல் கோளின் பின், முதல் முதலாக வந்து அரசு புரிந்தவர் பாண்டியர். பின்னர் ஒவ்வொரு கூட்டமும் வரிசை வரிசையாக கூட்டங்கூட்டமாக வந்து தாங்கள் வாழ்த்து வந்த அந்தந்தப் பெயராலேயே அழைக்கப் பெற்றனர், கலிங்க நாட்டினின்றும் வந்தவர் தங்களைக் கலிங்கர்கள் என்றும், பங்கள (வங்காளம்) காட்டினின்றும் வந்தவர், தங்களைப் பங்களர் என்றும், கருநாடகப் பகுதியில் தங்கி வந்தவர் தங்களைக் கருநாடகர் என்றும் அழைக்கும்படியிருந்தனர்.

அதுபோல் மாளவம் அல்லது கட்டியர் பகுதியில் தங்கி வந்த தமிழர்களாகிய இவர்களும் தங்களைக் கட்டியர் என்றும், மானவர் என்றும் அழைத்துக் கொண்டனர். ஆயிரம் வருஷங்களுக்கு முன், குலோத்துங்கச் சோழன் கொங்குவேளிரை ஒன்றுபடுத்துமுன், அவர்கள் யாரும் பண்டைப் பெயராலேயே வழங்கப் பெற்றிருந்தனர் என்பதைக் கொங்குவேளிர் வரலாறுகளில் கண்டதொன்று. உதாரணமாக பங்களா நாட்டினின்றும் போந்த கொங்கு வேளிர்கள் யாரும் பங்களர் என்று குறிக்கப்பெற்றனர் என்பதும், அவர்கள் தங்களை அங்குக் குறிக்கும் பெயராலேயே “தோடர்கள்” என்று கூறிக்கொள்கின்றனர். கங்கை நாட்டினின்று வந்தவர் பலரும் தங்களைக் கங்கர் கூட்டத்தவர் என்று அழைத்துக் கொள்வதும் ஈங்கு இன்றும் விளக்கமே. பல்லவ நாட்டினின்றும் போந்து கொங்கில் குடியேறிக் குறும்பு செலுத்திய சிற்றரசர்கள் யாரும் தங்களைப் பல்லவர் என்றும் காடவர் கூட்டத்தவர் என்று அழைத்துக் கொள்ளுவதையும் யாம் இன்றும் காணக்கூடும். இவைகள் விளக்கம் கொங்குவேளிர் என்ற எனது நூலில் காண்க. செங்குட்டுவ மன்னன் காலத்தில் மேற்குறிக்கும் கூட்டத்தவர் இருந்தனர். அவரெல்லாம்

> “கொங்கணர் கலிங்கர் கொடுங்கரு நாடர்
> பங்களர், கங்கர், பல்வேற் கட்டியர்,
> வடவாரிய ரொடு வண்டமிழ் மயக்கத்துன்
> கடமலை வேட்டம் என் கட்புலம் பிரியாது’

என்பது சிலப்பதிகாரம்; இது காட்சிக் காதை; வில்லவன் கோதையின் வாக்கில் அடிகள் அருளியது. இங்குக் குறிக்கப் பெறுபவர் தமிழ்

மயக்கத்தைச் சார்ந்தவர். தமிழ்நாட்டைச் சேர்த்த சிற்றரசர் “வண்டமிழ் மயக்கத்துக் கடமலை வேட்டம்” என்று பேசப் பெறுதலுங் காண்க; ஆகவே செங்குட்டுவன் காலத்து, கட்டியர் எனப்படும் மாளுவர் அரசெய்தியிருந்தனர் ஆவர். அந்த மாளுவ மன்னரேயிவராவர். இவருக்குக் கட்டியர் என்ற பெயரும் உண்டு.

இவர்கள் வழிவந்த பெண்ணொருத்தியை மணந்து நெடுஞ் சேரலாதல் என்னும் சேரமன்னன் நார்முடிச் சேரல் என்ற மகனைப் பெற்றான் என்றும், அவன் ஆளுகையின் பின்னர் இவர்கள் யாரும் நார்முடிக் கட்டியர் என்று அழைக்கப் பெற்றனர் எனவுந் தெரிகின்றது. இவர்களுக்கு மாளவர், கட்டியர், நார் முடியர், வடவர், அதிகர், கனவாளர் என்ற பெயர்களும் உண்டு. இது கொங்கு நாட்டுக் காணிப்பாட லால் தெரிகின்றது அப்பாடலானது,

“மாளவர்கள் சுட்டியர்கள் மாண்புமிகும் நார்முடியர்
ஈழமதை வென்றெதிர்த்தவர்கள்- மாளக்
கனவாளைக் கைப்பிடிக்கும் கனவாழ்நர் வாழ்வு
தனமேறும் நல்லழகை தான்

என்பதாகும். இந்தப் பாடலில் இவர்கள் பண்டு இந்தப் பெயர்களால் அழைக்கப் பெற்றனர் எனத் தெரிகின்றது இவர்கள் வடவர்கள் ஆதலில், கொங்கின் வடபகுதியாகக் கூற இடனுண்டு, சேலத்தின் வடபாகமும், தர்மபுரி சேர்ந்த பகுதியும், கோபிசெட்டிபாளையம் தாலூகா சத்திய மங்கலம் பகுதி, பண்டு இவர்களது ஆட்சி நிலமாகத் தெரிகின்றன. கொங்கிளங்கோசர்கள் குடகக் கொங்கர்கள் என்று அழைக்கப் பெற்றது போல், இவர்கள் வட கொங்கர் அல்லது கட்டியர் என்று அழைக்கப்பட்டனர். கட்டியர், அதிகர் ஆகியவர்தம் வரலாறு புறநானூறு அகநானூறு முதலிய நூல்களில் குறிக்கப்பெறுகின்றன. கொங்கில் இவர்களது உரிமை நிலம் காஞ்சிக் கோவில் நாடு என்று தற்காலத்தில் கூறப்படும் நாட்டுப் பகுதியே. இது கொங்கு நாட்டுக் காணிப்பாடலால் காணலாம். அது,

வடகரையர் மாளவர்கள் மாண்பார் அதிகர்
நடவும்படையர் நலஞ்சேர் - புடவியவர்
சொந்தம் எனநினையும் தோன்றலருக்கே நாடு
விந்தை திகழ் காஞ்சிக்கோவில்

என்பதுவாகும். இப்பாடலில் இவர்களது நாடாகக் கூறப்படும் நாடு - காஞ்சிக்கோவில் நாடு என்பதாம். இந்த நாட்டில் இம்மாளவர்கள் வாழ்ந்தார்கள், இவர்களது தலைநகரம் அளகரபுரி நகரம் ஆகும். இதனைக்

"கனவாளைக் கைப் பிடிக்கும் கனவாளர் வாழ்வு
தனம்சேரும் நல்லழகை தான்"

எனக் கொங்குப்பாடல் குறிக்கிறது.'

இந்த வரிகளில் சில இடங்களில் சிறிய அளவில் முரண்பட்டாலும், மாளுவர்கள் என்போர் கட்டியர் என்றும் வட கொங்கர் என்றும் அழைக்கப்பட்ட தமிழர்கள்தான் என்பதில் மாற்றுக் கருத்து இல்லை.

கொங்குப் பகுதியில் மீள் குடியேற்றம் செய்த மக்களின் வரலாற்றை அறியாமல் அவர்களை அந்நியர்களாகவே பார்க்கும்போது தமிழக வரலாறு பெரிதும் குழம்பிவிடுகின்றது. எடுத்துக்காட்டாக சிலப்பதிகாரத்தின் காட்சிக்காதையில் வரும்

'கொங்கணர் கலிங்கர் கொடுங்கரு நாடர்
பங்களர், கங்கர், பல்வேற் கட்டியர்,
வடவாரிய ரொடு வண்டமிழ் மயக்கத்துன்
கடமலை வேட்டம் என் கட்புலம் பிரியாது'

என்ற வரிகளில் 'பங்களர்' என்ற சொல் உள்ளதால் அந்தச் சொல் வங்காளத்தைத்தான் குறிக்கும் என்றும், அதனால் சிலம்பின் காலம் கி.பி.5ஆம் நூற்றாண்டு என்றும் வையாபுரிப் பிள்ளை அவர்கள் கூறியுள்ளார். இதுதான் மாளுவர்களுக்கும் நிகழ்த்தப்பட்டுள்ளது.

கட்டியர்களின் (மாளுவர்களின்) நாடு தமிழகத்தின் எல்லையாக இருந்ததையும், கட்டிநாடு முடியும் இடத்தில் வடுகநாடு தொடங்கியதையும் மாமூலனார் குறுந்தொகையில் பாடிய பாடலால் அறியலாம். இந்தப் பாடலில் கட்டியர்களின் நாடு 'கட்டி நன்னாடு' எனக் குறிப்பிடப்பட்டுள்ளது. அந்தப் பாடல்:

'கோடீ ரிலங்கு வளை ஞெகிழ நாடொறும்
பாடில கலிழுங் கண்ணொடு புலம்பி
ஈங்கிவ ணுறைதலு முய்குவ மாங்கே
எழுவினி வாழியென் னெஞ்சே முனாது
குல்லைக் கண்ணி வடுகர் முனையது
பல்வேற் கட்டி நன்னாட் டும்பர்
மொழிபெயர் தேஎத்த ராயினும்
வழிபடல் சூழ்ந்திசி னவருடை நாட்டே' *(குறுந்தொகை, 11)*

பொருள்: *எனது நெஞ்சே நீ வாழ்வாயாக! உடல் மெலிவினால், சங்கினை அறுத்துச் செய்யப்பட்டு விளங்கும் கைவளையல்கள் நெகிழ, நாள்தோறும், தூக்கமில்லாமல் கலங்கி அழும் கண்களோடு, தனிமையில் வருந்தி, இப்படி இங்கேயே தங்கியிருப்பதைத் தவிர்த்து, தலைவர் இருக்கும் இடத்திற்குச் செல்வதற்கு இப்பொழுதே எழுவாயாக; முன்னே உள்ளதாகிய, குல்லையாலாகிய கண்ணியை அணிந்த, வடுகருக்குரிய இடத்திலுள்ள, பல வேற்படையையுடைய கட்டி என்பவனுடைய நல்ல நாட்டிற்கு அப்பால் உள்ள வேறுமொழி வழங்கும் வடுகர் நாட்டில் இருந்தாலும், அவர் இருக்கும் நாட்டிற்கு செல்லலாம் என்று எண்ணினேன்* (உரை: முனைவர்.பிரபாகரன்).

கண்ணகி வழிபாட்டில் கலந்துகொண்ட கோசர்களைப் போலவே கட்டியர்களும் (மாளுவர்களும்) குறுநில அரசர்கள் என்பதாலும், அவர்களின் வரலாறே ஆய்வு செய்யப்பட வேண்டிய நிலையில் உள்ளதாலும் வரந்தரு காதையில் உள்ள மாளுவர் என்ற குடிப்பெயரும் காலக் கணிப்புக்கு முதன்மை ஆதாரமாக உதவாது.

அப்படியானால் கண்ணகியின் காலத்தை எப்படிக் கணிப்பது?

~

3

கண்ணகியின் காலம் – கணக்கீடுகள்

கண்ணகியின் வரலாற்றில் தனது பிழைக்கு நாணி இறந்துபோகும் பாண்டிய அரசராகக் குறிக்கப்படும் ஆரியப்படை கடந்த நெடுஞ்செழியன் எழுதிய பாடல் புறநானூற்றில் 183ஆவது பாடலாக உள்ளது. இதில் வரும்,

> 'வேற்றுமை தெரிந்த நாற்பா லுள்ளும்
> கீழ்ப்பால் ஒருவன் கற்பின்
> மேல் பால் ஒருவனும் அவன் கண்படுமே'

என்ற வரிகளைக் கொண்டு, நெடுஞ்செழியன் காலமான சங்ககாலத்திலேயே தமிழகத்தில் வர்ணாசிரமம் உண்டு என்று சிலர் எழுதியும் பேசியும் வருகின்றனர்.

இவர் 'ஆரியப்படை கடந்தவர்' என்று குறிப்பிடப்படுவதால் வடநாட்டைச் சேர்ந்த படைகளுடன் மோதியவர் என்பதும், அதனால் அவர்களின் வாழ்க்கை முறைகளை அறிய நேர்ந்தவர் என்பதும் கவனிக்கத்தக்கவை. அப்படி அறிந்த ஒன்றைத்தான் இவர் தனது பாடலில் குறிப்பிட்டு உள்ளார் என்று கொள்வதே இங்கு பொருத்தம் ஆகும். இமயமலையில் உள்ள

கவரிமாவைத் தமிழ்ப் புலவர்கள் அறிவார்கள் என்பதால் கவரிமாவைத் தமிழகத்தில் தேடக் கூடாது. அதுபோன்றதுதான் சங்க இலக்கியங்களில் நால்வருணத்தைத் தேடுவதும்.

வட இந்தியாவில் நால்வருண முறை புத்தரின் காலத்திலேயே இருந்தது. அதைத் தமிழர்களால் புரிந்துகொள்ளக் கூட இயலாத காரணத்தால்தான் ஆரியப்படை கடந்த நெடுஞ்செழியன் அதனைத் தனக்குத் தெரிந்த சொற்களால் ‘வேற்றுமை தெரிந்த நாற்பால்’ எனக் குறித்துள்ளார். எனவே இந்தப் பாடல் தமிழருக்கு நால்வர்ணம் குறித்து தெரியாது என்பதற்கே சான்றாக உள்ளது, தமிழகத்தில் நால்வர்ணம் இருந்தது என்பதற்கு அல்ல (சங்ககாலத்தில் தமிழகத்தில் நால்வருணம் இல்லை என்பதற்கான கூடுதல் ஆதாரங்களை ஆதித்த கரிகாலன் கொலை நூலில் அளித்துள்ளேன்).

ஆரியப்படைகடந்த நெடுஞ்செழியனின் புறநானூற்றுப் பாடலைக் கொண்டு சங்ககாலத்தில் வர்ணாசிரமம் இருந்தது என்று கூறியவர்கள்தான், அந்த ஆரியப்படை கடந்த நெடுஞ்செழியனால் துன்பம் இழைக்கப்பட்ட கண்ணகியின் காலத்தைக் காப்பியங்களின் காலம், பிற்காலம் என்று கூறுகிறார்கள் என்பது வரலாற்று முரண் ஆகும். எனவே கண்ணகியின் காலம் சங்ககாலம்தான் என்பது இங்குநாம் கவனிக்க வேண்டிய முதலாவது செய்தி.

சங்ககாலத்தில் கண்ணகி வாழ்ந்தது எந்த நூற்றாண்டில்? அதை அறிய சில சங்ககாலப் புலவர்கள் நமக்கு உதவ உள்ளனர்...

3.1. மாமூலனார், பரணர் காலம்காட்டும் முறை:

முழுதும் சேரர்களின் பெருமையையே கூறும் சங்க இலக்கியமான பதிற்றுப் பத்தும் பிற சங்க இலக்கியங்களும் நமக்குக் கொடுக்கும் வரையறையின்படி, சங்ககாலத்தைச் சேர்ந்த சேர அரசர்களில் உதியஞ்சேரலாதன் வழியினர், அந்துவஞ்சேரல் இரும்பொறை வழியினர் என இரண்டு மரபினர் காணப்படுகின்றனர்.

பதிற்றுப்பத்தில் முதல் பத்தும் கடைசிப் பத்தும் கிடைக்கவில்லை. மீதம் 8 பத்துகள்தான் கிடைத்துள்ளன. இதில் ஒவ்வொரு பத்துக்கும் ஒரு பாட்டுடைத் தலைவர்

என்ற அடிப்படையில் 8 சேரர்கள் குறிப்பிடப்பட்டுள்ளனர். இவர்களில் உதியஞ்சேரலாதன் வழியினரே முதல் 5 பத்துகளின் பாட்டுடைத்தலைவர்களாக உள்ளனர். இதனால் கிடைக்காமல் போன முதலாவது பத்தின் பாட்டுடைத்தலைவராக உதியஞ்சேரலாதன் இருக்கலாம் எனக் கருதப்படுகின்றது.

அவ்வகையில் சேரன் செங்குட்டுவனின் இரண்டு (மாற்றாந்தாய் வழி) சகோதரர்கள், அப்பா, அப்பாவின் தம்பி, தாத்தா என அனைவரும் சங்ககாலத்தின் தொடக்கத்தில் வாழ்ந்தவர்கள் ஆவார்கள்.

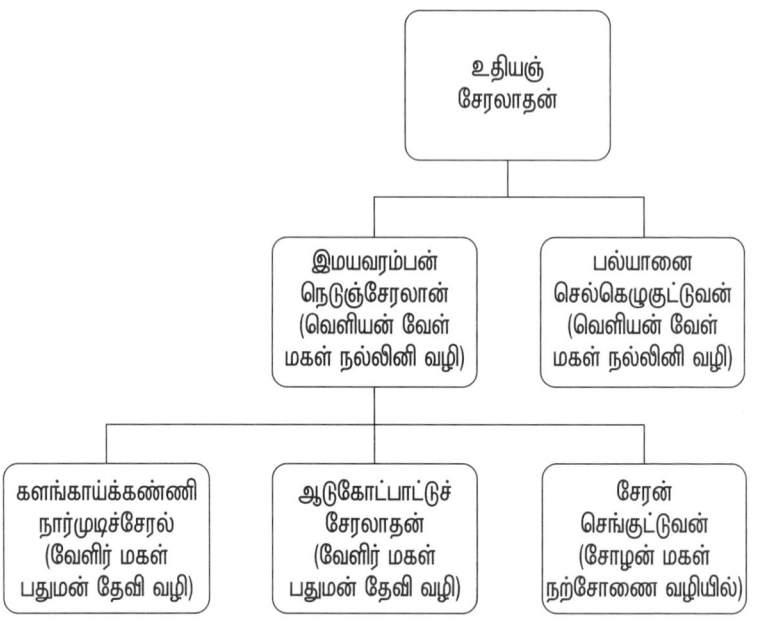

படம்: பதிற்றுப்பத்து காட்டும் சேரன் செங்குட்டுவன் மரபினர்.

பதிற்றுப்பத்துவும் பிற சங்க இலக்கியங்களும் காட்டும் சான்றுகளின்படி, கண்ணகிக்கு சிலை எடுத்த சேரன் செங்குட்டுவன் முதலாம் கரிகாலச் சோழனோடு போரிட்டுத் தோற்ற சேர அரசர் இமயவரம்பன் நெடுஞ்சேரலாதனின் மகன் ஆவார். இவரது காலத்தைக் கணிக்க சங்ககாலப் புலவர் மாமூலனார் உதவுகிறார். மாமூலனாரை வைத்து சங்ககால அரசர்களின் காலத்தைக் கணிக்கும் முறையானது

'மாமூலனார் காலம் காட்டும் முறை' ஆகும். சற்று விரிவாகச் சொல்ல வேண்டும் என்றால்...

சங்க காலப் புலவர்களில் ஒருவரான மாமூலனார் என்பவர் சேரர்கள் குறித்து மட்டுமே பாடியவர் ஆவார். இவரது பாடல்கள் அன்றைய நிகழ்காலச் சூழல்களைக் குறித்தவையாக மட்டுமே இருந்துள்ளன, இவர் பழங்காலத்தைப் பாடவில்லை. இத்தகைய மாமூலனார் தனது பாடல்களில் மகதத்தை ஆண்ட நந்தர்கள் கி.மு. 4ஆம் நூற்றாண்டில் வீழ்ச்சியடைந்தது பற்றியும், நந்தர்களுக்குப் பின் ஆட்சிக்கு வந்த மௌரியர்களின் தமிழகப் படையெடுப்பு பற்றியும் பதிவு செய்துள்ளார்.

தனது அகநானூற்று வரிகளில் மாமூலனார்,

> 'பல்புகழ் நிறைந்த வெல்போர் நந்தர்
> சீர்மிகு பாடலிக் குழீஇக் கங்கை
> நீர்முதற் கரந்த நிதியங் கொல்லோ' *(அகநானூறு, 265)*

என்று கூறியுள்ளார்.

இதன் பொருள்: 'நந்தர்களின் தலைநகரம் செல்வச் செழிப்புடைய பாடலியாகும். நந்தர்கள் தங்கள் செல்வத்தை கங்கை ஆற்றின் ஓரம் புதைத்து வைத்தனர். அது வெள்ளம் வந்தபோது அடித்துச் செல்லப்பட்டது' என்பதாகும்.

அதே மாமூலனார் அகநானூற்றின் இன்னொரு பாடலில்,

> 'தூதும் சென்றன; தோளும் செற்றும்;
> ஓதி ஒண் நுதல் பசலையும் மாயும்;
> வீங்கு இழை நெகிழச் சாஅய், செல்லலொடு
> நாம் படர் கூரும் அருந் துயர் கேட்பின்,
> நந்தன் வெறுக்கை எய்தினும், மற்று அவண்
> தங்கலர் வாழி, தோழி! வெல் கொடித்
> துனை கால் அன்ன புனை தேர்க் கோசர்
> தொல் மூதாலத்து அரும் பணைப் பொதியில்,
> இன் இசை முரசம் கடிப்பு இகுத்து இரங்க,
> தெம் முனை சிதைத்த ஞான்றை, மோகூர்
> பணியாமையின், பகை தலைவந்த
> மா கெழு தானை வம்ப மோரியர்
> புனை தேர் நேமி உருளிய குறைத்த
> இலங்கு வெள் அருவிய அறை வாய் உம்பர்'
>
> *(அகநானூறு, 251)*

என்று கூறியுள்ள வரிகள் நந்தரின் வீழ்ச்சிக்குப் பின்பு மவுரியர் புதிதாக ஆட்சிக்கு வந்ததையும் மவுரியர்களின் தென்னாட்டுப் படையெடுப்பையும் காட்டும்.

பாடல் வரிகள் கூறும் வரலாறு: பாண்டிநாட்டு மோகூரில் பாண்டியர்கள் சார்பில் போரிட்ட கோசர்களின் தேர்ப்படை போரிட்டதையும், அதனை வெல்ல இயலாததால் மவுரியர்கள் தங்கள் தேர்களைக் கொண்டுவரப் பாதை அமைத்ததையும், அதன் பின் அந்தப் பாதை பொதுப் போக்குவரத்துக்குப் பயன்பட்டதையும் இந்தப் பாடல் வரிகள் கூறுகின்றன.

சில உரையாசிரியர்கள் இந்த வரிகளுக்கு மவுரியர் சார்பில் கோசர்கள் போரிட்டதாகப் பொருள் கூறுகின்றனர், கோசர் வரலாறு அப்படிக் கூறவில்லை என்பதை முன்னரே பார்த்தோம். கோசர்கள் வரலாறு நெடுகத் தமிழக மூவேந்தர்களின் சார்பில் போரிட்டவர்கள். மேலும் கோசர்கள் மவுரியர் சார்பில் போரிட்டனர் என்பது சரியென்றால் கோசர்களிடம் ஏற்கெனவே நிறைய தேர்கள் உள்ளநிலையில் (கோசர்கள் தேர்களுக்காக அறியப்பட்டவர்கள்) மவுரியர்கள் எதற்காக தேர் கொண்டுவரப் பாதை போட்டார்கள்? மவுரியர்களுக்கு இல்லாத தேர்ப்பாதை எப்படி கோசர்களுக்குக் கிடைத்தது? அவர்கள் மட்டும் எப்படி மோகூருக்கு வந்தார்கள்? கோசர்களைப் பற்றிய பிற்காலக் குறிப்புகளில் அவர்கள் மவுரியருக்கு ஆதரவாகப் போரிட்ட செய்தி ஏன் இல்லை? எனப் பல கேள்விகள் எழுகின்றன. எனவே மவுரியர்களுக்கு ஆதரவாக கோசர்கள் போரிட்டார்கள் என்பது தவறான உரை மட்டுமே. மோரியர்களுக்கு ஆதரவாகப் போரிட்டவர்கள் வடுகர்கள் என்பதை மறந்துபோக வைக்கும் உத்தியாகவும் இது இருக்கலாம்.

பாடல் வரிகளின் எளிமைப்படுத்தப்பட்ட பொருள்: உன் நிலைமையை எடுத்துக்கூறும் தூது சென்றுள்ளது. தளர்ந்த உனது தோள்கள் இனி இறுக்கமடையும். உன் நெற்றியில் ஏறியிருக்கும் பசலை நோயும் நீங்கும். அணிகலன்கள் கழன்று விழுகின்ற அளவுக்கு நீ அவரையே நினைத்து இளைத்து இருப்பதை அவர் கேட்டால் அரசன் நந்தனின் செல்வம் (நந்தன் வெறுக்கை) கிடைத்தாலும் அவர் அங்கு தங்கமாட்டார். வெற்றிக் கொடியுடன் தேர் நடத்தி வந்த கோசர், மோகூர் ஆலமரத்து மன்றத்தில் (பொதியில்)

முரசு முழக்கித் தாக்கியதால் பாண்டிய நாட்டு மோகூர் மவுரியருக்குப் பணியவில்லை. அதனால், மவுரியர் தங்கள் தேர்ப்படைகளைக் கொண்டுவந்தனர். அந்தத் தேர்ச்சக்கரம் உருளுவதற்காக அருவி பாயும் பள்ளப் பகுதியில் வழி அமைக்கப்பட்டது. அந்த வழியைத் தாண்டி அவர் (தலைவன்) பொருள் ஈட்டச் சென்றுள்ளார் என்பதாகும். அதென்ன நந்தனின் புதையல்?

நந்தர்களின் கடைசி அரசன் தனநந்தன் ஆவார். இவர்தான் உள்ள கங்கையாற்றின் கரையில் தனது செல்வத்தை எல்லாம் புதைத்து வைத்தவர். அந்தச் செல்வம் கங்கை வெள்ளத்தில் அடித்துச் செல்லப்பட்டதால் அடுத்து ஆட்சிக்கு வந்த மவுரியருக்குக் கிடைக்கவில்லை. எனவே அன்றைய புதையல் வேட்டைக்காரர்கள் இந்த செல்வத்தைத் தேடி அலைந்தனர். அந்த புதையலையே மாமூலனார் 'நந்தன் வெறுக்கை' என்று குறிப்பிடுகிறார்.

நந்தரின் வீழ்ச்சிக்குப் பின் வந்த மவுரியர்களின் படையெடுப்பை, மாமூலனார் இன்னொரு பாடலில்

'முரண்மிகு வடுகர் முன்னுற, மோரியர்
தென்திசை மாதிரம் முன்னிய வரவிற்கு
விண்ணுற ஓங்கிய பனிஇருங் குன்றத்து,
எண்கதிர்த் திகிரி உருளிய குறைத்த' (அகநானூறு, 281)

என்று குறிப்பிடுகிறார். இந்தப் பாடல் மவுரியரின் படையெடுப்புக்கு உதவியவர்கள் தமிழர்களோடு எப்போதும் முரண்பட்ட வடுகர்களே என்பதைத் தெளிவாகக் காட்டுகின்றது.

மாமூலனார் தவிர சங்கப் புலவரான கள்ளில் ஆத்திரையனார்

'விண்பொரு நெடுங்குடைக் கொடித்தேர் மோரியர்
திண்கதிர்த் திகிரி திரிதரக் குறைத்த' (புறநானூறு, 175)

என்றும்

உமட்டூர் கிழார் மகனார் பரங்கொற்றனார்

'விண்பொரு நெடுங்குடை இயல்தேர் மோரியர்
பொன்புனை திகிரி திரிதரக் குறைத்த' (அகநானூறு, 69)

என்றும் இயற்றிய பாடல்கள் மவுரியர்களின் படையெடுப்பையும், அவர்கள் தேர்ப்படையை அழைத்துவர முயன்றதையும்,

அதற்காக மலையை உடைத்துப் பாதையை உருவாக்கியதையும் உறுதி செய்கின்றன.

நந்தர்கள் ஆட்சியை இழந்து, மவுரியர்கள் ஆட்சியைப் பிடித்த காலகட்டம் சற்றேறக்குறைய கி.மு.320 ஆகும் (மகாபோதிவம்ச நூலின்படி கி.மு.321ஆம் ஆண்டு). மேற்கண்ட குறிப்புகளில் இருந்து மாமூலனாரின் காலம் கி.மு.4ஆம் நூற்றாண்டு என்பது உறுதி செய்யப்படுகின்றது.

நீண்டகாலம் வாழ்ந்த மாமூலனார் தனது இளம் வயதில் உதியஞ்சேரலாதனைப் பாடினார். பின்னர் உதியஞ்சேரலாதனின் மகன் இமயவரம்பன் நெடுஞ்சேரலாதனைப் பாடினார். பின்னர் இவரே இமயவரம்பன் நெடுஞ்சேரலாதனுடன் இறுதிப் போர்புரிந்த சோழ அரசன் முதலாம் கரிகாலச் சோழனையும் பாடியுள்ளார்.

உதியன் சேரலாதன் கரிகால் சோழனோடு வெண்ணிப் பறந்தலையில் போரிட்டான் எனவும், அப்போரில் முதுகில் ஏற்பட்ட புண்ணிற்கு நாணி வடக்குத்திசை நோக்கி அமர்ந்து உண்ணா நோன்பிருந்து உயிர் விட்டான் என்றும்

‘கரிகால் வளவனொடு வெண்ணிப் பறந்தலைப்
பொருது புண் நாணிய சேரலாதன்
அழிகள மருங்கின் வாள் வடக் கிருந்தென’

(அகநானூறு, 55)

என்ற வரிகளில் மாமூலனார் குறிப்பிடுகிறார்.

நெடுஞ்சேரலாதன் 58 ஆண்டுகள் ஆட்சி செய்தார் எனப் பதிற்றுப்பத்து கூறும் நிலையில், நெடுஞ்சேரலாதனின் தந்தையின் ஆட்சியையும் நெடுஞ்சேரலாதனின் வீழ்ச்சியையும் பாடிய மாமூலனார் 58 ஆண்டுகளுக்கும் மேலாகப் புலவராக இருந்துள்ளார் எனபதை அறியலாம்.

நெடுஞ்சேரலாதனைக் கரிகாலன் வென்ற பின்னர் அடுத்து ஆட்சிக்கு வந்த அரசர்தான் கண்ணகி சிலைக்குக் கல் எடுத்த சேரன் செங்குட்டுவன் ஆவார். இவர் நெடுஞ்சேரலாதனின் மகன் ஆவார். நெடுஞ்சேரலாதனின் மகனே செங்குட்டுவன் என்பதைப் பதிற்றுப் பத்து 5ஆம் பத்தின் பதிகம்,

‘நெடுஞ்சேரலாதற்குச்
சோழன் மணக்கிள்ளி ஈன்ற மகன்’

என்று பதிவு செய்கின்றது. இதனால் சேரன் செங்குட்டுவனும் கரிகாலனின் சமகாலத்தவன், மாமூலரால் குறிப்பிடப்பட்ட கி.மு.320 என்ற ஆண்டுக்கு நெருக்கமானவன் என அறியலாம். இதற்குக் கூடுதல் சான்றும் உள்ளது.

மாமூலனார் வயது முதிர்ந்த புலவராக இருந்தபோது, இளம் புலவராக வந்தவர் பரணர் ஆவார். இவரும் தனது சமகாலத்தையே பாடியவர். மாமூலனார் காலத்தில் இருந்த உதியஞ்சேரலாதன், இமயவரம்பன் நெடுஞ்சேரலாதன் ஆகியோரை பரணரின் பாடல்களில் காணவில்லை. அதனால் இவர் காலத்தில் அவர்கள் மறைந்துவிட்டார்கள் எனக் கொள்ளலாம். மாறாக இவரது பாடல்களில் முதலாம் கரிகாலனும் அவன் மகன் உருவப்பஃறேர் இளஞ்செட் சென்னியும் இடம்பெறுகின்றனர். அத்தோடு இவர் கண்ணகிக்குக் கல் எடுத்த சேரன் செங்குட்டுவனையும் பாடியுள்ளார். இதுவும் நமது ஆண்டுக் கணக்குகளை உறுதி செய்கின்றது (இந்தப் பகுதிக்கு கணியன் பாலன் அவர்கள் எழுதிய 'மாமூலனாரின் காலம்' கட்டுரை பெரிதும் பயன்பட்டு உள்ளது.).

3.2. படையெடுப்புகள் காட்டும் காலம்:

மாமூலனார் குறிப்பிடும் மோரியரின் படையெடுப்பு கி.மு.3ஆம் நூற்றாண்டில் நடந்திருக்கலாம் என்பது முந்தைய கணிப்பாக இருந்தது. இதனால்தான் 'கி.மு.3ஆம் நூற்றாண்டில் பிந்துசாரர், அசோகர் போன்ற வலிமையான மன்னர்கள் வடக்கில் இருந்தார்கள், அவர்களை எதிர்த்து கரிகாலச் சோழனும், ஆரியப்படை கடந்த பாண்டியனும், இமயவரம்பன் நெடுஞ்சேரலாதனும் அவன் மகன் சேரன் செங்குட்டுவனும் வடக்கே படையெடுத்திருக்க இயலாது' என்ற கருத்து முன்வைக்கப்பட்டது.

ஆனால், நந்தர்கள் வலுக்குன்றியிருந்த காலத்தில், கி.மு.4ஆம் நூற்றாண்டின் இறுதியில் இந்தச் சிக்கல்கள் ஏதுமில்லை. அந்த நந்தர்களின் வீழ்ச்சியை மாமூலனார் பாடியிருக்கிறார் எனும் நிலையில், இந்தப் படையெடுப்புகள் நந்தர்கள் நலிந்திருந்த காலத்தில் நடந்தவையாகவே இருக்க வேண்டும்.

சிலப்பதிகாரத்தின் இந்திரவிழவு ஊர் எடுத்தகாதை கரிகாலச் சோழனின் இமயப் படையெடுப்பைக் கூறுகின்றது. கண்ணகி மதுரைக்கு வரும்போதே பாண்டிய அரசன்

ஆரியப்படை கடந்தவர்தான் என்பதால் பாண்டியரின் வட இந்தியப் படையெடுப்பும் முன்னமே முடிந்துவிட்டது, சேரன் செங்குட்டுவன் ஆட்சிக்கு வரும் முன்பே இமயவரம்பன் நெடுஞ்சேரலாதன் இறந்துவிட்டார் என்ற நிலையில் நெடுஞ்சேரலாதனின் வடக்குப் படையெடுப்பும் முடிந்துவிட்டது. இப்படி மூவேந்தர்களும் வடக்கை வென்ற பின்னர்தான் வடக்கர்கள் அந்த ஆற்றாமையால் பாலகுமாரன் மக்களும் பிறரும் கூடியிருந்த ஒரு விருந்தில் தமிழரைக் கேலி செய்கிறார்கள். அதனால்தான் மூவேந்தர் சார்பில் மீண்டும் சேரன் செங்குட்டுவன் மீண்டும் வடக்கில் படையெடுக்கிறார். இப்படி தமிழக அரசர்கள் மாற்றி மாற்றி வடக்கை வெற்றி கொண்டதால்தான் நந்தர்களின் அரசு வீழ்ந்து மவுரியப் பேரரசு வந்ததும் அவர்கள் தமிழகம் மீது படையெடுக்க முயல்கிறார்கள், அதில் தோற்கிறார்கள் எனக் கொள்வதே காலப் பொருத்தம் ஆகும்.

சேரன் செங்குட்டுவன் காலத்தில் வடக்கே பேரரசுகள் இல்லை. சிற்றசர்கள் கூட்டமாகக் கூடிப் பேசும் நிலைதான் இருந்துள்ளது. மவுரியர் என்ற மரபே அப்போது இல்லை என்பதுதான் சிலப்பதிகாரம் காட்டும் காலம் ஆகும்.

இவற்றில் இருந்து சேரன் செங்குட்டுவனின் காலம் நந்தர்களின் கடைசிக் காலத்தில் வாழ்ந்த மாமூலனாரின் காலத்தோடு நெருங்கிய காலம்தான் எனக் கொள்ளலாம். இதனால் கண்ணகியின் காலம் கி.மு.4ஆம் நூற்றாண்டின் இறுதி எனக் கணிக்கலாம். பாலகுமாரன் மக்களின் காலம் கி.மு.4ஆம் நூற்றாண்டு என்பதோடு இந்தக் காலக்கோடு பொருந்துகிறது.

இதுவரையில் இந்நூலை வாசித்தவர்களுக்கு கண்ணகியின் வரலாறுதான் சிலப்பதிகாரத்தின் மூலம் என்பதும் அது கற்பனைக் கதையல்ல என்பதும், கண்ணகியின் காலம் சுமார் கி.மு.4ஆம் நூற்றாண்டின் இறுதி என்பதும் புரிந்திருக்கும். சிலப்பதிகாரம் எப்போது எழுதப்பட்டது? அதை எழுதிய இளங்கோவடிகளின் காலம் என்ன?

~

4
இளங்கோவடிகளின் காலம்

சிலப்பதிகாரம் இளங்கோவடிகளால் உண்மையில் எப்போது எழுதப்பட்டது என்பதைக் கணிப்பதைவிட, சிலப்பதிகாரத்தின் காலத்தை எப்படிக் கீழே இறக்குவது என்று பார்க்கவே பலரும் பல காலக் கணிப்புகளை முன் மொழிந்து உள்ளனர்.

எடுத்துக்காட்டாக, சிலப்பதிகாரத்தின் அடைக்கலக் காதையில் 'கீரியைக் கொன்ற பார்ப்பனியின் துயர் தீர்த்தமை' என்று ஒரு கதை உள்ளது. அதில் 'வடமொழி வாசகம் செய் நல்லேடு' எனக் குறிக்கப்படும் ஓலைச் சுவடியும் வருகிறது. அந்த வடமொழி சுவடி கூறும் செய்தியாக சமஸ்கிருத நூலான பஞ்ச தந்திரத்தில் உள்ள ஒரு சுலோகத்தை (பஞ்சதந்திரம்; 15:18 ஸ்லோகம்) அடியார்க்கு நல்லார் எடுத்துக்காட்டினார். இதன் மூலம் சிலப்பதிகாரத்தை விட பஞ்ச தந்திரம் என்ற சமஸ்கிருத நூல் மூத்தது என்ற கருத்தை அவர் உருவாக்கப் பார்த்தார். அவர் எதிர்பார்த்தபடியே ச.வையாபுரிப்பிள்ளை அடியார்க்கு நல்லாரின் இந்தக் கற்பனையை

ஒரு ஆதாரமாகக் கொண்டு 'பஞ்ச தந்திரத்திற்குப் பின்னர் தோன்றியது சிலப்பதிகாரம்' என்றார்.

இப்படியாக ஒரு ஏடு இருந்தது என்ற ஒற்றைக் குறிப்பை வைத்து அதில் இதுதான் இருந்தது என்றும், அதனால் அதன் பின் இது வந்தது என்றும் விளக்குவதெல்லாம் என்ன ஆய்வு முறைமை என்று தெரியவில்லை. இந்தக் கேலிக்கூத்தின் அடுத்த கட்டமாக, முந்தைய பொய்களை ஆதாரமாகக் கொண்டு தமிழகத் தொல்லியல்துறையின் முன்னாள் இயக்குநர் நாகசாமி அவர்கள் 'பஞ்சதந்திரக் கதைகளில் உள்ள நீதிகளையும், செயல்பாடுகளையும், சிலப்பதிகாரத்தில் இளங்கோவடிகள் அமைத்துள்ளார்' எனக் கூறினார்.

இதில் நாம் கவனிக்க வேண்டிய செய்திகள்,

1. கி.பி.1ஆம் நூற்றாண்டில் சமஸ்கிருதம் எழுதப்பட்டது என்பதற்கே இதுவரை தொல்லியலில் ஒரு ஆதாரமும் இல்லை. கி.பி.2ஆம் நூற்றாண்டில் கிடைக்கும் சமஸ்கிருதக் கல்வெட்டுதான் சமஸ்கிருதம் எழுதப் பயன்பட்டதற்கான மிகப் பழமையான தொல்லியல் ஆதாரம் ஆகும் (பல்லவர் வரலாறு நூலில் விளக்கி உள்ளேன்). அதற்கு முன் சமஸ்கிருதம் இருந்தது என்பதே ஆதாரமற்ற கற்பனை ஆகும்.

2. பஞ்சதந்திரக் கதைகள் என்பவை ஒருநபர் குறிப்பிட்ட காலத்தில் எழுதிய கதைகள் அல்ல, இவை தொகுக்கப்பட்டவை. இவற்றைத் தொகுத்த ஆசிரியர் பெயர் தெரியவில்லை. அதனால் பஞ்சதந்திரக் கதைகளில் சில கதைகள் மிகப் பழமையானவை என வெளிநாட்டு ஆய்வாளர்களே கூறியுள்ளனர். பஞ்ச தந்திர கதைகள் தெற்கில் இருந்து எடுக்கப்பட்டன என்று சமஸ்கிருத மற்றும் இந்தியவியல் பேராசிரியர் பேட்ரிக் கூறியுள்ளார் *(Patrick Olivelle, The Panchatantra: The Book of India's Folk Wisdom)* அதனால் அனைத்துக் கதைகளுக்கும் ஒரே வயதும் இல்லை, அவை வட இந்திய சொத்தும் இல்லை.

3. பஞ்ச தந்திரக் கதைகள் தமிழகத்தில் இருந்து எடுக்கப்பட்டவை என்பதற்கு அந்த நூலிலேயே அகச் சான்றுகள் உள்ளன. பல பிரதிகளில் பஞ்ச தந்திரக் கதைகள் தென்னிந்தியாவில் மஹிலரோப்பையம்

(Mahilaropyam) என்ற நகரை ஆண்ட அமரசக்தி என்ற மன்னனுக்கு 3 மகன்கள் இருந்ததாகவும், அந்த மகன்களுக்கு ஆசிரியர் விஷ்ணு ஷர்மா இந்தக் கதைகளைக் கூறியதாகவும்தான் தொடங்குகின்றன.

4. பஞ்சதந்திரக் கதைகள் அனைத்தும் ஒரே மூலத்தில் இருந்து போனவை என்று பொதுவாக நம்பப்பட்டாலும் உண்மை அதுவல்ல. இரண்டு வகையான பஞ்சதந்திரக் கதைகள் உள்ளன. ஒரு வகையில் இவற்றின் ஆசிரியர் விஷ்ணுஷர்மா என்று குறிப்பிடப்படுகிறார், இதுவே வட இந்திய வகை ஆகும். இன்னொரு வகையில் இதன் ஆசிரியர் வசுபஹா என்று குறிப்பிடப்படுகிறார் *(The Panchatantra of Vasubhaga)* இந்த வகை தென்னிந்திய வகை ஆகும், இதன் பழைய படிகள் கன்னடத்தில் கிடைக்கின்றன. தென்னிந்திய வகையே மூத்ததாக இருக்க வாய்ப்புகள் உள்ளன.

4. வடமொழி என்பது சமஸ்கிருதத்தை மட்டும் குறிக்கும் பெயர் அல்ல. வடக்கில் இருந்து வந்த மொழிகள் அனைத்தும் தமிழர்களுக்கு வடமொழிகள்தான். தொல்காப்பியத்தின் காலத்தில் சமஸ்கிருதம் இருந்திருக்க எந்த வாய்ப்பும் இல்லை என்பதால், தொல்காப்பியத்தில் உள்ள 'வடசொல்' என்பதை சமஸ்கிருதம் எனப் புரிந்துகொள்ளக் கூடாது. தொல்காப்பியத்தின் 397ஆவது நூற்பாவுக்கான தெய்வச்சிலையார் உரையில் **'எல்லா நாட்டிற்கும் பொதுவாயினும், வடநாட்டிற் பயில வழங்குதலின் வடசொல் ஆயிற்று. வடசொல்லென்றதனால் தேய வழக்காகிய பாகதச் சொல்லாகி வந்தனவுங் கொள்க'** என தெய்வச் சிலையார் இதையே குறிப்பிடுகிறார். இங்கு பாகதம் என்பது பிராகிருதத்தைக் குறிக்கும். அசோகர் காலத்திற்கு முன்பு பிராகிருதம் இருந்ததற்குச் சான்றுகள் உண்டு. அசோகர் இறந்த 5 நூற்றாண்டுகள் கழித்துதான் சமஸ்கிருத எழுத்துகள் கிடைக்கின்றன. எனவே சிலப்பதிகாரத்தில் கூறப்பட்ட வடமொழி பிராகிருதமாக இருக்கவே வாய்ப்புகள் உண்டு. சிலம்பின் காலத்தில் சமஸ்கிருதமும் இல்லை, சமஸ்கிருத பஞ்ச தந்திரக் கதைகளும் இல்லை.

தமிழர்கள் தாங்கள் இழந்த ஒவ்வொரு வரலாற்றுச் செல்வத்தையும் மீட்காவிட்டால், அவற்றைக் கொண்டே அவர்களின் வரலாறு எப்படிக் கொச்சைப்படுத்தப்படும் என்பதற்கு இந்தப் பஞ்சதந்திர உருட்டுகளை எடுத்துக்காட்டுகளாகக் கொள்ளலாம். இப்படி சிலப்பதிகாரத்தின் காலத்தைத் தாழ்த்த எந்த ஆய்வும் இல்லாமல் பல அவதூறுகள் பரப்பப்பட்டு உள்ளன.

எந்தத் தீய நோக்கத்திற்கும் இடம் கொடுக்காமல் இளங்கோவடிகளின் காலத்தை உண்மையாகவே கணக்கிட சிலப்பதிகாரத்தில் எவையெல்லாம் ஐயத்திற்கு இடமில்லாமல் இளங்கோவடிகளால் எழுதப்பட்டவை? என்ற கேள்விக்கு முதலில் நாம் விடைகாண வேண்டும். ஏனெனில் சிலப்பதிகாரம் என்று இப்போது நமக்குக் கிடைக்கும் நூலில் ஒரே நடையில் ஒரே கருத்துத் தொடர்ச்சியில் உள்ள பகுதிகளும் உள்ளன. அதுபோல் நடையிலும் கருத்திலும் மாறுபடும் பகுதிகளும் உள்ளன. இன்றைய சிலப்பதிகாரத்தில் உள்ளன. அதனால் சிலப்பதிகாரத்தின் பகுதிகளாக இப்போதுள்ள

- பதிகம்,
- உரைபெறுகட்டுரை
- வரந்தரு காதை ஆகியவை சிலப்பதிகாரத்தில் பின்னர் சேர்க்கப்பட்டவையோ என்ற ஐயம் சிலப்பதிகாரத்தைப் படித்த, ஆய்வு செய்த பலருக்கும் உண்டு.

ஏனெனில் சிலப்பதிகாரத்தின் பிற காதைகளில் உள்ள கதையின் தொடர்ச்சிக்கும் அமைப்பிற்கும் முரணாக இந்தப் பகுதிகள் காணப்படுகின்றன. முரண்கள் என்னென்ன?

4.1. பதிகம் ஏற்படுத்தும் ஐயங்கள்:

தமிழின் ஐம்பெருங் காப்பியங்களில் சிலப்பதிகாரம் என்பது முதலாவது காப்பியம் ஆகும். அதனைத் தொடர்ந்து எழுதப்பட்டதுதான் மணிமேகலை. சிலப்பதிகாரத்தின் கதையை இளங்கோவடிகளுக்குச் சொன்னவர் சீத்தலைச் சாத்தனார் என நம்பப்படுகிறது. அவரே இளங்கோவடிகளிடம்,

> **‘முடிகெழுவேந்தர் மூவர்க்கும் உரியது,**
> **அடிகள் நீரே அருளுக’**

என்று கேட்டுக் கொண்டதால்தான் இளங்கோவடிகள் சிலப்பதிகாரத்தை எழுதினார் எனச் சிலப்பதிகாரத்தின் பதிகம் கூறுகின்றது.

மேலும் சிலப்பதிகாரத்தை முதன்முதலில் இளங்கோவடிகள் சொல்லக் கேட்டவரே மதுரைக் கூலவாணிகன் சாத்தனார்தான் என்று சிலப்பதிகாரப் பதிகத்தின்,

'உரைசால் அடிகள் அருள
மதுரைக் கூலவாணிகன் சாத்தன் கேட்டனன்'

என்ற வரிகள் கூறுகின்றன.

மறுபக்கம் மணிமேகலையைப் பார்க்கப் போனால், மணிமேகலையின் பதிகம்

'இளங்கோ வேந்தன் அருளிக்கேட்ட
வளங்கெழு கூலவாணிகன் சாத்தன்
மாவண் தமிழ்த்திறம் மணிமேகலை துறவு
ஆறைம் பாட்டினுள் அறிய வைத்தனனென்'

எனக் குறிப்பிடுகிறது. இந்த வரிகளின்படி மணிமேகலையை கூலவாணிகன் சாத்தனார் கூறியபோது முதலில் கேட்டவர் இளங்கோவடிகள் என்ற பொருள் கிடைக்கிறது.

இதை அப்படியே ஏற்பதில் என்ன சிக்கல் என்றால், மணிமேகலையின் காலம் சங்ககாலமா என்பதில் நிறைய ஐயங்கள் நிலவுகின்றன.

மணிமேகலை நூலில் இருபத்தேழாவது காதையில்,

'வேத வியாதனுங் கிருத கோடியும்
ஏதமில் சைமினி யெனுமிவ் வாசிரியர்
பத்து மெட்டு மாறும் பண்புறத்
தத்தம் வகையாற் றாம்பகர்ந் திட்டனர்'

என்ற வரிகள் உள்ளன. இதில் இருந்து தெரியவரும் செய்திகள்:

1. மணிமேகலை வியாச பாரதத்திற்குப் பிற்பட்டது.
2. மணிமேகலை கிருதகோடியை எழுதிய போதாயனர் காலத்திற்குப் பிற்பட்டது என்பவை.

இந்த கிருதகோடி என்ற உரைநூல் கி.பி.1ஆம் நூற்றாண்டுக்கும் 2ஆம் நூற்றாண்டுக்கும் இடைப்பட்டது ஆகும் இதுகுறித்து அதிகம் அறிய வேண்டுவோர் கே.டி.கே.தங்கமணி

எழுதிய 'மணிமேகலை பற்றி' நூலை வாசிக்கலாம்). இன்னும் சிலர் கி.பி.5ஆம் 6ஆம் நூற்றாண்டுகளுக்குக்கூட மணிமேகலையின் காலத்தை இழுத்துச் செல்கின்றனர். இந்நூல் சிலப்பதிகாரத்தின் காலம் குறித்தது, மணிமேகலையின் காலம் இதன் கருப் பொருள் அல்ல என்பதால் அந்த ஆய்வுகளுக்குள் செல்லாமல் 'சிலப்பதிகாரம் எழுதப்பட்ட சில நூற்றாண்டுகளுக்குப் பின்தான் மணிமேகலை எழுதப்பட்டது' என்ற தேவையான செய்தியோடு இதனைக் கடக்கிறேன். அப்படியிருக்க சீத்தலைச் சாத்தனாரின் சமகாலத்தவரான இளங்கோவடிகள் எப்படி சங்ககாலத்தவர்? என்ற கேள்வி இங்கு எழுகின்றது.

சிலப்பதிகாரத்தின் பதிகம் இளங்கோவடிகள் எழுதியதுதானா? என்ற ஐயத்தை சீத்தலை சாத்தனாரின் பகுதி மட்டுமே ஏற்படுத்திவிடவில்லை. பதிகப் பகுதி இளங்கோவடிகளால் எழுதப்படவில்லை என்ற கருத்தில் உடன்படும் இராம கி அவர்கள் தனது சிலம்பின் காலம் நூலில் அதற்குக் கூறும் காரணங்கள் சில இங்கு சுருக்கமாக...

1. பதிகத்தின் தொடக்கத்திலேயே 'குடக்கோச் சேரல் இளங்கோவடிகள்' என்று வருகிறது. ஒரு துறவி தன்னைத்தானே பெருமையாகக் குறித்துக் கொள்வாரா?

2. பதிகத்தின்படி கண்ணகி விண்ணுக்குப் போன செய்தியை குன்றக் குறவர்கள் இளங்கோவிடம் நேரிடையாகச் சொல்கின்றனர். ஆனால் சிலப்பதிகாரத்தின் காட்சிக் காதையிலோ அது சேர அரசனிடம் தெரிவிக்கப்படுவதாகத்தான் உள்ளது.

3. பதிகத்தில் சாத்தனார் இளங்கோவிடம் உரைக்கிறார். ஆனால் சிலப்பதிகாரத்தின் காட்சிக் காதையிலோ சாத்தனார் சேர அரசனிடம் உரைப்பதாக உள்ளது.

4. பதிகத்தில் மதுராபுரித் தெய்வம் கண்ணகிக்கு முன் தோன்றியது நடு யாமம் என உள்ளது. சிலம்பின் அழற்படு காதையிலோ அது அந்தி விழவு நேரம் என உள்ளது. இரண்டுக்கும் 15 நாழிகை வேறுபாடு!

இவை போக இன்னும் பல காரணங்களை நாம் சுட்டிக்காட்டலாம். சுருக்கமாகச் சொல்ல வேண்டும் என்றால்

சிலப்பதிகாரத்தின் தோற்றத்தில் சேரன் செங்குட்டுவனின் பங்களிப்பைக் குறைத்து, இளங்கோவடிகளின் பங்களிப்பை அதிகரிக்கும் செயலையே பதிகம் செய்துள்ளது. இதனால் சிலம்பின் மற்ற பகுதிகளில் இருந்து நோக்க அளவில் பதிகம் பெரிதும் மாறுபடுகின்றது.

4.2. உரைபெறு கட்டுரை ஏற்படுத்தும் ஐயங்கள்:

சிலப்பதிகாரம் செய்யுள் நடையில் எழுதப்பட்டது என்ற நிலையில் உரைபெறு கட்டுரையில் செய்யுள் அமைப்பே இல்லை. மேலும் சிலப்பதிகாரத்தின் உரைபெறு கட்டுரையில் உள்ள வரிகளில் கண்ணகியின் வரலாறு நடந்தபின்பு வெகுகாலங்களுக்கு நடந்த செய்திகள் கூறப்பட்டுள்ளன. இவற்றில் சில இளங்கோவின் காலத்திற்குப் பின் நடந்தவையாகவும் காட்டியளிக்கின்றன. அந்த வரிகள்

1. **அன்றுதொட்டு, பாண்டியன் நாடு மழை வறம் கூர்ந்து, வறுமை எய்தி, வெப்பு நோயும் குருவும் தொடர, கொற்கையில் இருந்த வெற்றிவேல் செழியன் நங்கைக்குப் பொற்கொல்லர் ஆயிரவரைக்கொன்று, கள வேள்வியால் விழவொடு சாந்தி செய்ய, நாடு மலிய மழை பெய்து, நோயும் துன்பமும் நீங்கியது.**

2. **அது கேட்டு, கொங்கு இளங்கோசர் தங்கள் நாட்டகத்து, நங்கைக்கு விழவொடு சாந்தி செய்ய, மழைத் தொழில் என்றும் மாறாதாயிற்று.**

3. **அது கேட்டு, கடல் சூழ் இலங்கைக் கயவாகு என்பான் நங்கைக்கு நாள் பலி பீடிகைக் கோட்டம் முந்துறுத்து ஆங்கு, 'அரந்தை கெடுத்து, வரம் தரும் இவள்' என, ஆடித் திங்கள் அகவையின், ஆங்கு ஓர் பாடி விழாக் கோள் பல் முறை எடுப்ப, மழை வீற்றிருந்து, வளம் பல பெருகி, பிழையா விளையுள் நாடு ஆயிற்று.**

4. **அது கேட்டு, சோழன் பெருங்கிள்ளி கோழிஅகத்து, 'எத்திறத்தானும் வரம் தரும் இவள் ஓர் பத்தினிக் கடவுள் ஆகும்' என, நங்கைக்குப் பத்தினிக் கோட்டமும் சமைத்து, நித்தல் விழா அணி நிகழ்வித்தோனே.**

இந்த வரிகளின் பொருள்: 'கண்ணகி பாண்டியனின் அரசவைக்கு வந்து வழக்கில் வெற்றி பெற்ற பின்பு, அடுத்த

சில காலத்திற்கு பாண்டிய நாட்டில் மழை பெய்யவில்லை. அதனால் பாண்டிய நாட்டில் வறுமையும் வறட்சியும் வெப்ப நோய்களும் ஏற்பட்டன. இதுவும் கண்ணகியின் கோபத்தால் ஏற்பட்ட நிகழ்வுதான் எனக் கருதிய பாண்டிய அரசன் வெற்றிவேல் செழியன் கண்ணகியைக் கடவுளாகத் தொழுது ஆயிரம் பொற்கொல்லர்களை அவளுக்கு பலியிட்டு வேள்வியும் சாந்தியும் நடத்தினான். இதன் பின்பு பாண்டிய நாட்டில் அதுவரை பெய்யாமல் இருந்த மழை பெய்தது!

இதனைக் கேள்விப்பட்ட கொங்குப் பகுதி அரசர்களான கோசர்கள் தங்கள் நாட்டிலும் கண்ணகிக்கு விழாவும் சாந்தியும் நடத்தினர். அதுமுதல் அந்தப் பகுதியில் பருவமழை பொய்க்காமல் பெய்தது.

இதனைக் கேட்டு இலங்கையின் அரசனான கயவாகு என்பவன் கண்ணகிக்கு தினமும் பலி கொடுக்கும் வகையில் பலிபீடத்தை முன்பக்கமாகவும் அதனைத் தொடர்ந்து ஒரு கோட்டத்தையும் கட்டினான். அத்தோடு துன்பங்களை அழித்து வரங்களைத் தரும் கடவுள் கண்ணகி என்று நம்பி ஆடி மாதத்தில் கண்ணகிக்கு ஆண்டுதோறும் விழா எடுத்தான். இதனால் இலங்கையிலும் வளங்கள் பெருகின, மழை குறைவின்றிப் பொழிந்தது, நாடு குறைவில்லாத விளைச்சலை உடைய நாடாகியது.

இதனைக் கேள்விப்பட்டு, கோழியூரான உறையூரிலே ஆட்சி செய்யும் சோழன், கண்ணகி ஒரு பத்தினிக் கடவுள் நமக்கு எப்படிப்பட்ட வரத்தையும் கொடுப்பாள் என எண்ணி கண்ணகிக்கு பத்தினிக் கோட்டமும் கோவிலும் கட்டி விழாக்களும் நடத்தினான்.' என்பதாகும்.

இவை சிலப்பதிகார நூலின் கதைக்கோ, அதன் வடிவத்திற்கோ தேவையற்றவை. ஒரு திரைப்படம் முடிந்த பின்னர் அதன் வெள்ளி விழாக் கொண்டாட்டங்கள் திரையில் காட்டப்படும் என்றால் அதை நாம் முதல்நாள் திரையிடப்பட்ட படமாகக் கொள்ள முடியாது. அதுபோலத்தான் உள்ளன இந்த வரிகள்.

உரைபெறு கட்டுரை சிலப்பதிகாரத்தின் பதிகத்தால் சிலப்பதிகாரத்தின் ஒரு அங்கமாகக் கூறப்பட்டுள்ள நிலையில், உரைபெறு கட்டுரை இளங்கோவடிகளால்

பிற பகுதிகளோடு எழுதப்பட்டது எனக் கருதினால் அது 'கண்ணகியால் இத்தனையும் நடந்தபின்புதான் இளங்கோவடிகள் சிலப்பதிகாரம் எழுதினார்' என்ற முடிவைத் தருகின்றது. இதனால் பதிகம் மீதான ஐயம் வலுப்பெறுகிறது.

ஏனெனில் உரைபெறு கட்டுரை கூறும் இத்தனை நிகழ்வுகளும் சில ஆண்டுகளில் நடந்தவை என்று கொள்வது வரலாற்று அடிப்படையில் சரியானது அல்ல. உரைபெறு கட்டுரையே கூறும் செய்திகளின்படி,

கண்ணகி வழக்கின் பின்பு முதலில் பாண்டிய நாட்டில் பஞ்சம் தோன்றுகிறது. நீண்ட பஞ்சத்திற்குப் பிறகு கண்ணகிக்கு பலி கொடுக்கப்பட்ட பின்னர் பஞ்சம் நீங்குகின்றது. இந்த நிகழ்வு நடந்த பின்பு இதனைக் கோசர்கள் கேட்டு தாங்களும் கண்ணகிக்கு விழா எடுக்கிறார்கள். அதன் பிறகே கயவாகு அதைக் கேட்டு இலங்கையில் கண்ணகிக்கு ஒரு பெரிய கோவிலையே கட்டி முடிக்கிறார். இவ்வளவும் நடந்ததைக் கேட்ட பின்னரே உறையூர்ச் சோழன் கண்ணகிக்குத் தானும் கோட்டம் கட்டுகிறான்.

இந்த நிகழ்வுகளின் வரிசையைப் பார்க்கும்போது இவை ஒரு குறிப்பிட்ட காலத்தில் நடந்தவையாக இல்லை. மாறாக இவை பல ஆண்டுகளாக நடந்த தொடர் நிகழ்வுகளாக உள்ளன.

அகச்சான்றுகளின்படி இளங்கோவடிகள் காலத்தில் கொங்குப் பகுதியில் கண்ணகி வழிபாடு இருந்துள்ளது சாலினி உரைத்த 'கொங்கச் செல்வி' என்ற அருள் உரையால் தெரிகின்றது. இதனால் சேரன் செங்குட்டுவன் காலத்தில் கொங்குப் பகுதியில் கண்ணகி வழிபாடு இருந்ததை அறிய முடிகின்றது. ஆனால், பிற பகுதிகளுக்கும் அப்போதே கண்ணகி வழிபாடு பரவியது என்பதற்கு சிலப்பதிகாரத்தில் அகச் சான்றுகள் ஏதும் இல்லை. இளங்கோவடிகள் காலத்தில் கொங்கில் மட்டுமே கண்ணகி வழிபாடு இருந்தது அதனால்தான் இளங்கோ அதைக் குறிப்பிட்டார் எனக் கொள்வதே பொருத்தம் ஆகும்.

மேலும் கண்ணகி வழிபாடு சேரர்களின் கொங்கில் இருந்து சோழர்களின் உறையூருக்குப் பரவுவதற்கு நெடுங்காலம் ஆகியிருக்க வேண்டும். இதனைச் சோழர்களின் தலைநகர மாற்றமே காட்டுகிறது. அது என்ன மாற்றம்?

4.2.1. தலைநகர் மாற்றம்:

சிலப்பதிகாரத்தின்படி, கண்ணகி பாண்டியனின் அவைக்கு வரும்போது சோழர்களின் தலைநகராக புகார் இருந்தது. புகாரில்தான் கண்ணகியின் பிறப்பும், வளர்ப்பும், மணமும் நடந்தன. எனவே கண்ணகியின் ஊரும் புகார்தான்.

கண்ணகியே பாண்டியனிடம் 'பெரும்பெயர்ப் புகார் என் பதியே' என்று சொல்வதனால் இதனை உறுதிசெய்துகொள்ளலாம். கண்ணகி மதுரைக்கு வந்து, அரசனால் துன்புற்று, கடவுளாக மாறி, வஞ்சியில் கோட்டம் கண்டவரைக்கும் கூட புகார் புகழ் குன்றாமல் இருந்தது.அதனால்தான் வாழ்த்துக்காதையில் கண்ணகி 'பூம்புகார்ப் பாவை' என்று அழைக்கப்படுகிறாள்.

அதே வாழ்த்துக்காதையில் புகார் நகரம்

'சோழன் புகார் நகரம் பாடேலோர் அம்மானை'

'காவலன் பூம்புகார் பாடேலோர் அம்மானை'

'கொற்றவன் பூம்புகார் பாடேலோர் அம்மானை'

'அம்மென் புகார் நகரம் பாடேலோர் அம்மானை'

என்றெல்லாம் வாழ்த்தப்படுகிறது.

சேரன் செங்குட்டுவனும் கண்ணகியை **'புகார் பெற்ற செல்வம்'** என்றே அழைக்கிறார்.

சிலப்பதிகாரம் எழுதப்பட்ட காலத்தில் புகார் நகரின் அழிவு கொஞ்சமாவது தொடங்கியிருந்தால் இளங்கோவடிகள் இப்படி எழுதியிருக்க மாட்டார். எனவே இதன் பின்னர்தான் புகார் படிப்படியாக கடலால் விழுங்கப்பட்டது. தலைநகர் என்ற தகுதியை இழந்தது.

சோழர் வரலாற்றின்படி புகாரில் இந்திர விழா நடந்த காலம்வரை புகார் நகரம் எந்த அழிவையும் சந்திக்கவில்லை. கிள்ளிவளவன் என்ற சோழ அரசன் தன் மகன் கடலில் விழுந்து இறந்துவிட்டான் எனக் கருதி இந்திரவிழா நடத்தாமல் இருந்தபோதுதான் முதல்முறையாக புகார் கடலால் அழிவை சந்தித்தது. சிலப்பதிகாரத்தின்படி கண்ணகி புகார் நகரில் இருந்து பாண்டிய நாட்டுக்குப் புறப்படும் வரையில் புகாரில் இந்திர விழா தடைபடவும் இல்லை, புகார் கடலால் கொள்ளப்படவும் இல்லை. எனவே கண்ணகியின் காலத்தில் புகார் நகரம் எந்தப் பாதிப்பும் இல்லாத சோழர் தலைநகரமாக இருந்தது.

கண்ணகியின் காலத்துக்கும் சிலப்பதிகாரம் எழுதப்பட்ட காலத்திற்கும் பின்னர்தான் புகார் நகரம் கடல்கோளால் அழிவைச் சந்தித்தது. அதன் காரணமாகத்தான் சோழரின் தலைநகரம் புகாரில் இருந்து கோழியூரான உறையூருக்கு முழுதும் மாற்றப்பட்டது. மணிமேகலையில் புகாரின் அழிவு குறிப்பிடப்பட்டுள்ளது.

சேரரையும் கோசரையும் கயவாகுவையும் பார்த்து கண்ணகிக்கு சிலை வைக்க வேண்டும் என்ற எண்ணம் சோழர்களுக்கு வந்தபோது, அவர்களிடம் புகார் நகரம் இருந்திருந்தால், அவர்கள் நிச்சயம் புகாரில்தான் கண்ணகிக்குக் கோவில்கட்டி இருப்பார்கள். அதுதான் கண்ணகிக்கும் மதிப்பு புகாருக்கும் மதிப்பு சோழர்களுக்கும் மதிப்பு. அதற்கு மாறாக சோழர்கள் உறையூரில் கண்ணகிக்குக் கோவில் கட்டினார்கள் என்றால்... கண்ணகிக்கு சோழர்கள் கோவில் கட்டிய காலத்தில் புகார் தலைநகராகவும் இல்லை, கோவில்கட்டும் நிலையிலும் இல்லை என்பதே பொருள் ஆகும். இன்னும் சொல்ல வேண்டும் என்றால் தங்கள் மண்ணில் பிறந்த கண்ணகிக்கு விழா எடுக்கும் நிலையில் இல்லாமல், தலை நகரை இழந்த துயரில் அப்போது சோழர்கள் இருந்திருக்க வேண்டும். பின்னரே பஞ்சம் வந்ததால் கண்ணகி வழிபாட்டைத் தொடங்கியிருக்க வேண்டும்.

எனவே கண்ணகி வழக்கு நடந்த காலத்திற்கும் சோழன் கண்ணகிக்கு உறையூரில் கோட்டம் எடுத்த காலத்திற்கும் இடையில் நீண்ட இடைவெளியும், பல தொடர் நிகழ்வுகளும் நடந்துள்ளன. அதனால் இரண்டு நிகழ்வுகளும் ஒரே நூற்றாண்டில் நடந்தவை என்றுகூட நம்மால் உறுதியாகச் சொல்ல இயலாது. இவற்றால் இளங்கோவடிகள் உரைநடையில் இலக்கணச் செறிவின்றி உரைபெறு கட்டுரையை எழுதினார், அதில் இத்தனைச் செய்திகளையும் கொடுத்தார் என்பவை தக்கவை அல்ல.

4.3. வரந்தரு காதை ஏற்படுத்தும் ஐயங்கள்:

சிலப்பதிகாரம் நாடகக் காப்பியம் என்ற நிலையில், வரந்தரு காதையில் நாடக அமைப்பே இல்லை என்பது கவனிக்கத்தக்கது.

'சிலப்பதிகாரத்தின் வாழ்த்துக்காதையில் மணிமேகலையின் துறவு குறித்து கண்ணகியின் தோழி அரற்றும் அதே வாசகத்தை,

வரந்தரு காதையில் தேவேந்தி சொல்வதாய் அமைத்திருக்கிறார்கள். இளங்கோவடிகள் ஒரே வாசகத்தை இரண்டு இரங்களில் இரண்டு வெவ்வேறு நபர்கள் கூறி அரற்றக் காரணம் உண்டா?' என்று இராம கி கேட்கிறார். இப்படிப் பல முரண்பாடுகளும் வரந்தரு காதையில் உண்டு.

ஆனால் அதேசமயம், பதிகம் போல வரந்தரு காதையில் தனிப்பட்ட உள்நோக்கம் எதுவும் காணப்படவில்லை. கண்ணகி வழிபாட்டை யாரெல்லாம் மேற்கொண்டார்கள் என்று கூறி கண்ணகி வழிபாட்டின் முக்கியத்துவத்தைக் காட்ட வேண்டும் என்ற நோக்கமே வரந்தரு காதையில் காணப்படுகின்றது. ஒருவகையில் வரந்தரு காதை சிலப்பதிகாரத்தை உள்வாங்கிக் கொள்ள நமக்கு உதவுகின்றது.

இதனால்தான் வரந்தரு காதை குறிப்பிடும் ஆரிய மன்னர்கள், சிறையில் இருந்த மன்னர்கள், குடகக் கொங்கர், மாளுவர், இலங்கையின் கயவாகு ஆகியோர் உண்மையாகவே கண்ணகி வழிபாட்டை மேற்கொண்டவர்களாக உள்ளனர். கிடைத்த விவரங்களின்படி இவர்களின் காலக் கோடும் ஒத்துவருகின்றது.

வரந்தரு காதைதான் கண்ணகியின் பத்தினிக் கோட்டம் குறித்த மிக முக்கியமான ஒரு செய்தியை நமக்குக் கொடுக்கின்றது. அது குறித்துப் பின்பு பார்ப்போம். இப்போதைக்கு என்னதான் வரந்தரு காதை வரலாற்று ஆய்வுக்குப் பயன்பட்டாலும், அது இளங்கோவடிகள் எழுதியது அல்ல என்பதை மறுக்க இயலாது என்பதை மட்டும் கூறி இங்கு கடப்போம்...

4.4. பதிகம் செய்த பாதகம்:

சிலப்பதிகாரம் நூலில் உள்ள ஒன்றுடன் ஒன்று மாறுபட்ட பகுதிகளை மக்கள் எப்படி ஒரே நூலாக ஏற்றார்கள் என்றால், அதன் காரணமும் சிலப்பதிகாரத்தில் உள்ள பதிகமே ஆகும். இந்தப் பதிகமே சிலப்பதிகாரத்தில் உள்ள பகுதிகளை

'மங்கல வாழ்த்துப் பாடலும், குரவர்
மனையறம் படுத்த காதையும், நடம் நவில்
மங்கை மாதவி அரங்கேற்று காதையும்,
அந்தி மாலைச் சிறப்புச் செய் காதையும்,
இந்திர விழவு ஊர் எடுத்த காதையும்,
கடல் ஆடு காதையும்,

> மடல் அவிழ் கானல் வரியும், வேனில் வந்து இறுத்தென
> மாதவி இரங்கிய காதையும், தீது உடைக்
> கனாத் திறம் உரைத்த காதையும், வினாத் திறத்து
> நாடு காண் காதையும், காடு காண் காதையும்,
> வேட்டுவ வரியும், தோட்டு அலர் கோதையொடு
> புறஞ்சேரி இறுத்த காதையும், கறங்கு இசை
> ஊர் காண் காதையும், சீர்சால் நங்கை
> அடைக்கலக் காதையும், கொலைக்களக் காதையும்,
> ஆய்ச்சியர் குரவையும், தீத் திறம் கேட்ட
> துன்ப மாலையும், நண்பகல் நடுங்கிய
> ஊர் சூழ் வரியும், சீர்சால் வேந்தனொடு
> வழக்கு உரை காதையும், வஞ்சின மாலையும்
> அழல் படு காதையும், அரும் தெய்வம் தோன்றிக்
> கட்டுரை காதையும், மட்டு அலர் கோதையர்
> குன்றக் குரவையும்-என்று, இவை அனைத்துடன்
> காட்சி, கால்கோள், நீர்ப்படை, நடுகல்,
> வாழ்த்து, வரம் தரு காதையொடு
> இவ் ஆறு-ஐந்தும்
> உரை இடையிட்ட பாட்டு உடைச் செய்யுள்
> உரைசால் அடிகள் அருள, மதுரைக்
> கூல வாணிகன் சாத்தன் கேட்டனன்.'

என்று பட்டியலிடுகிறது. இந்தப் பட்டியலை எடுத்தவுடன் படிக்கும்போது சிலப்பதிகாரம் என்பது இவை அனைத்தும் சேர்ந்தவைதான் எனத் தோன்றுவது இயற்கைதான், ஆனால் ஆய்வு செய்யும்போது அந்த எண்ணம் மாறுகின்றது.

சிலப்பதிகாரப் பதிகத்தில் இளங்கோவடிகள்,

> 'நாட்டுதும் யாம் ஓர் பாட்டு உடைச் செய்யுள்'

என்று கூறியதாகக் குறிப்பிடப்படுகிறது. இதனால் சிலப்பதிகாரம் செய்யுள் வகையில் எழுதப்பட்டது எனக் கொள்ளலாம். பின்னர் சில வரிகள் கழித்து அதே பதிகத்தில்,

> 'உரை இடையிட்ட பாட்டு உடைச் செய்யுள்
> உரைசால் அடிகள் அருள'

என வருகிறது. பாட்டுடைச் செய்யுள் எழுத முடிவெடுத்தவர் ஏன் உரையிடையிட்ட பாட்டுடைச் செய்யுள் எழுத வேண்டும்? என்ற கேள்விக்கு இங்கு பதில் இல்லை.

மேலும் ஒரு நூலை முக்கியத்துவம் மிக்கதாக மாற்ற அதனை 'இன்னாருக்கு இன்னார் இன்ன சூழலில் சொன்னது' எனக் கூறுவது ஒரு பொதுவான மதம்சார் வழக்கம் ஆகும். இதனைப் பல்வேறு மதங்களும் பல்வேறு நாகரிகங்களும் பின்பற்றியுள்ளன.

இன்று கிடைக்கும் சட்டங்களுள் மிகப் பழமையான சட்டத் தொகுதிகளில் ஒன்று மெசபடோமிய நாகரிகத்தைச் சேர்ந்த, கி.மு.18ஆம் நூற்றாண்டில் பாபிலோனியாவை ஆண்ட அரசர் ஹெமுராபியின் சட்டத் தொகுப்பு ஆகும். கி.பி.1902ஆம் ஆண்டில் சூசா நகரில் ஹெமுராபின் சட்டப் பலகை கண்டறியப்பட்டது. இதில் ஷமாஷ் என்ற சூரியக் கடவுள் ஹெமுராபிக்கு இந்தச் சட்டத்தை உபதேசிப்பதுபோல போல புடைப்புச் சிற்பம் செதுக்கப்பட்டுள்ளது.

இந்தச் சட்டத் தொகுப்பும் கடவுளைப் புகழும் முன்னுரையோடுதான் தொடங்குகிறது. நல்லோரைக் காக்கவும், தீயோரை தண்டிக்கவும், எளியவர்களை வலியவர்களிடமிருந்து மீட்கவும், மக்களுக்கு நன்மைகளைப் பெருக்கவுமே கடவுள் இந்தச் சட்டத்தை அருளினார் என்று உள்ளது. இதில் மொத்தம் 284 சட்டங்கள் காணப்படுகின்றன. இந்தச் சட்டத் தொகுப்பின்படி,

- ஒரு கட்டடம் இடிந்து உரிமையாளன் இறந்தால், கட்டிடத்தைக் கட்டியவன் (அல்லது சிற்பி) இறக்க வேண்டும். கட்டட விபத்தில் உரிமையாளன் மகன் இறந்தால், கட்டியவனின் மகன் இறக்க வேண்டும்.

- ஒரு தந்தை ஒரு பெண்ணைக் கொன்றால், அவனது மகள் கொல்லப்பட வேண்டும்.

- அறுவை சிகிச்சையில் நோயாளி இறந்தாலோ, பார்வையை இழந்தாலோ மருத்துவரின் விரல்களை வெட்ட வேண்டும்.

இன்று மிக மோசமான கொலைகாரர்களுக்கு என்ன மனநிலை இருக்குமோ அதே மனநிலை இந்தச் சட்டங்களில் காணப்படுகின்றது. இதனைப் பொதுமக்களை ஏற்க வைக்கவே முன்னுரையில் 'இந்தச் சட்டம் சூரியக் கடவுளால் கொடுக்கப்பட்டது' என்ற கதை கூறப்பட்டுள்ளது, அதையே சிற்பமும் பிரதிபலிக்கின்றது.

படம்: ஷமாஷ் ஹெமுராபிக்கு சட்டம் உபதேசித்தல் சிற்பம்.

இந்தியாவில் பகவத் கீதையைக் கண்ணன் அர்ஜுனனுக்கு போர்க்களத்தில் கூறினார் எனக் கூறப்படுவது அண்மை எடுத்துக்காட்டு ஆகும். பொருளாதார நூலான அர்த்த சாஸ்திரத்திலும், மருத்துவ நூலான சரஹ சம்ஹிதையிலும் கூட இந்த முறை பின்பற்றப்பட்டது. ஆய்வை விரும்பாதவர்களே இந்த உத்தியைச் சேர்க்கின்றனர் எனப் புரிந்து கொள்ளலாம்.

இதே உத்திதான் சிலப்பதிகாரத்தின் பதிகத்திலும் பின்பற்றப்பட்டுள்ளது. ஆனால் இதனை இளங்கோவடிகள் இயற்றவில்லை. ஏனென்றால் இந்தக் கதை இளங்கோவடிகளின் எழுத்தோடும் பண்போடும் ஒத்துப்போகவில்லை.

எனவே சிலப்பதிகாரப் பதிகத்தில் உள்ள, 'அரசைத் துறந்து குணவாயில் கோட்டத்தில் உள்ள இளங்கோவடிகளுக்கு கண்ணகி குறித்து முன்னரே ஏதும் தெரியவில்லை. அவருக்குக் குன்றக் குறவர்கள்தான் முதலில் கண்ணகியோடு தொடர்புடைய ஒரு நிகழ்வை உரைக்கிறார்கள், அதன் பின்பு சாத்தனார்தான் வரலாற்றில் கண்ணகிக்கு என்ன நடந்தது என்பதையே இளங்கோவடிகளுக்குக் கூறுகிறார். அதைக் கேட்ட உடனேயே இளங்கோவடிகள் கண்ணகியின் வரலாற்றைக் காப்பியமாகப் பாடுகிறார்' என்ற கதையும் ஹெமுராபிக்கு இறைவன் சட்டம் அருளினார், அர்ஜுனனுக்கு கண்ணன்

கீதை அருளினார் என்பவற்றுக்கு ஒப்பான கதையே. இங்கு அறிவைப் பயன்படுத்தினால் சில முக்கியக் கேள்விகளை நம்மால் தவிர்க்க இயலவில்லை...

- சேர இளவரசருக்குப் பாண்டிய நாட்டையே பற்றி எரியவைத்த ஒரு நிகழ்வு எப்படித் தெரியாமல் போகும்?
- முன்னறிமுகம் இல்லாத ஒரு நிகழ்வைக் கேட்டவுடன் அரசையே துறந்த ஒரு துறவி 'நான் இதை எழுதுகிறேன்' என்று எப்படி உடனே ஆசைப்படுவார்?
- அப்படி ஒரு ஆசை வந்தாலும் சிலப்பதிகாரம் போன்ற மூன்று வேந்தர்களுடனும் பல்வேறு சமயங்களுடனும் நீண்ட நிலப்பரப்புகளுடனும் தொடர்புடைய ஒரு காப்பியத்தை எப்படி உடனடியாக அவரால் உருவாக்கி இருக்க முடியும்?
- கண்ணகி கதையை சாத்தனார் இளங்கோவடிகளுக்குச் சொன்னதால் உருவானதுதான் சிலப்பதிகாரம் என்றால், அதில் முன்பே குன்றக் குரவர்கள் சேரன் செங்குட்டுவனுக்கு கண்ணகியைக் குறித்துக் கூறியதும், அதன் பின் சேரன் இமயத்திற்குப் படையெடுத்ததும் உள்ளன. சேர அரசன் படையெடுத்தும் இளங்கோவுக்குத் தெரியாதா? என்ற கேள்விகள் இங்கே எழுகின்றன.

மேலும், அடிப்படையில் சிலப்பதிகாரம் ஒரு கூத்து நூல். அதில் நேரிடையாக எழுத்துகளில் இல்லாத நிகழ்வுகளும் மறைமுகமாக இருக்கும். எடுத்துக்காட்டாக, மனையறம் படுத்த காதையில் கண்ணகியைக் கோவலன் கொஞ்சக் கூடிய காட்சியில் இடம்பெற்ற

'மாசறு பொன்னே வலம்புரி முத்தே!
காசறு விரையே கரும்பே! தேனே!
அரும்பெறற் பாவாய்! ஆருயிர் மருந்தே!
பெருங்குடி வாணிகன் பெருமட மகளே!
மலையிடைப் பிறவா மணியே என்கோ
அலையிடைப் பிறவா அமிழ்தே என்கோ!
யாழிடைப் பிறவா இசையே என்கோ!
தாழிருங் கூந்தல் தையாள்! நின்னை'

(மனையறம் படுத்த காதை)

என்ற இறவாப் புகழ்பெற்ற வரிகளைக் கூறலாம்.

உவமைகளால் ஆன இந்த வரிகளின் முதல் வரியில் உள்ள முதல் உவமை 'பொன்'. இது ஒரு பெண்ணுக்கான முழு உவமை. ஆனால் அடுத்துள்ள முத்து என்பது அப்படி அல்ல. முத்து என்பது பொதுவாகப் பற்களுக்குக் கூறப்படும் உவமை. இந்த உவமை வரிசையைக் கொண்டு,

'கோவலன் கண்ணகியை முதலில் பொன்னே என்கிறான். கண்ணகி உடனே சிரிக்கிறாள். அவள் பற்களைப் பார்த்த கோவலன் வலம்புரி முத்தே என்கிறான்' எனப் பேச்சாளர் நெல்லை கண்ணன் அவர்கள் விளக்குவார். இங்கு 'கண்ணகி சிரிக்கிறாள்' என்பது நேரிடையாக இல்லாவிட்டாலும், அந்தப் பாத்திரத்தில் நடிப்பவருக்கான குறிப்பு மட்டும் அதில் உண்டு. இதுதான் சிலம்பின் தனிச் சிறப்பு.

இப்படி மாறுபட்ட அமைப்புள்ள, குறிப்பறிந்து படிக்க வேண்டிய இந்தக் கூத்து நூலைப் பிற்காலத்தில் நாடகமாகப் போட்டவர்கள் அதன் முக்கியத்துவத்தைக் கூறவும், அதில் உள்ள பல்வேறு பகுதிகளை இணைக்கவும், கதைக்கு மக்கள் ஏற்கும்படியான ஒரு முடிவைக் கொடுக்கவுமே பதிகம், உரைபெறுகட்டுரை, வரந்தரு காதை ஆகியவற்றை எழுதினார்கள் என நாம் கொள்ளலாம்.

அப்படியானால் இந்தப் பகுதிகள் கூறும் செய்திகளை அப்படியே நீக்கிவிடலாமா? என்றால், இந்தப் பிற்காலப் பகுதிகளில் சிலவற்றில் சிலப்பதிகாரத்தைக் கீழ்மைப்படுத்த வேண்டும் என்ற நோக்கம் காணப்படவில்லை. மாறாக சிலப்பதிகாரத்தின் சிறப்பைப் பிற்கால மக்களுக்கு விளக்க வேண்டும், சிலப்பதிகாரத்தைத் தாங்கள் பயன்படுத்திக் கொள்ள வேண்டும் என்ற நோக்கங்களே இவற்றில் காணப்படுகின்றன (மிகக் குறிப்பாக வரந்தரு காதை சிலப்பதிகாரத்தைக் கூடுதல் செய்திகளுடன் ஆவணப்படுத்த விரும்புகிறது). இதனை நாம் புறம்தள்ள இயலாது.

ஏனென்றால் சிலப்பதிகாரம் எழுதப்பட்ட காலத்தில் அதன் சிறப்பு மக்களுக்கு நன்றாகத் தெரியும், சங்ககால மக்கள் கண்ணகி வரலாற்றை நன்றாக அறிந்திருந்தனர். ஆனால் பிற்காலத்தில் வந்தவர்களுக்கு அது முழுவதும் புரிய வாய்ப்புகள் இல்லை. எனவே கண்ணகி எவ்வளவு பெரிய தெய்வம் என்பதைக்காட்ட கண்ணகியை வணங்கிய அரசர்கள் யார்? கண்ணகியின் கோவில்கள் எப்படி காலப்போக்கில்

பெருகின? கண்ணகி அவளை வணங்கியவர்களுக்கு என்ன செய்தார்? என்ற செய்திகள் தேவைப்பட்டுள்ளன. அவற்றையே சிலப்பதிகாரத்தில் இணைக்கப்பட்ட உரைபெறு கட்டுரையும் வரந்தரு காதையும் நமக்குக் கொடுக்கின்றன. இவற்றை எழுதியவர்கள் இவை சிலப்பதிகாரம் போலத் தெரிய வேண்டும் என்ற நோக்கத்தோடு எழுதவில்லை என்பதை அவற்றின் அமைப்பால் அறியலாம். ஒருவேளை பதிகம் எழுதப்படாமல் இருந்திருந்தால் நாமும் குழம்பியிருக்க மாட்டோம்.

அதனால் இவற்றில் உள்ள செய்திகளை நாம் காலக் கணிப்பிற்குப் பயன்படுத்தலாம். ஆனால், கவனமாகப் பயன்படுத்த வேண்டும்.

பதிகத்தை எழுதியவரிடம்தான் மதம் சார்ந்த நோக்கங்கள் காணப்படுகின்றன. அதனை நாம் குறிப்பிட்டேயாக வேண்டும்.

சிலப்பதிகாரத்தில் உள்ள இந்தப் பிற்சேர்க்கைகளையும் மணிமேகலையில் உள்ள பதிகத்தையும் பார்க்கும்போது மணிமேகலைக்குப் பதிகம் எழுதப்பட்ட அதே காலத்தில்தான் சிலப்பதிகாரத்தின் பிற்சேர்க்கைகள் எழுதப்பட்டனவோ என்ற ஐயம் எழுகின்றது.

ஏனெனில் சிலப்பதிகாரம் ஒரு பொதுவான நூல் ஆகும். இளங்கோவடிகள் தனது தனிப்பட்ட மதச்சார்பை இந்த நூலில் நுழைக்கவில்லை. சிலப்பதிகாரத்தைச் சான்றாக வைத்து இளங்கோவடிகளை சைவர் என்றும் சமணர் என்றும் பவுத்தர் என்றும் பல்வேறு ஆய்வாளர்கள் கூறுகின்றனர். ஆனால் யாராலும் உறுதியாக அதனைச் சொல்ல இயலவில்லை.

குணவாயில் கோட்டத்தில் அரசு துறந்திருந்த இளங்கோவடிகள் என்று சிலப்பதிகாரத்தின் பதிகம் கூறுகின்றது. அந்தக் கோட்டத்தை சமணர்கள் அருகர் கோவில் என்கிறார்கள். சைவர்கள் கேரளாவில் உள்ள சிவன் கோவில் என்கிறார்கள். பவுத்தர்கள் விகாரை என்கிறார்கள். கவுந்தியடிகள் என்ற பாத்திரத்தால் சிலப்பதிகாரத்தில் சமணம் சற்று தூக்கலாகத் தெரிந்தாலும், இளங்கோவடிகளின் மதம் இதுதான் என்பதற்கு சிலம்பின் உள்ளே வெளிப்படையான சான்று இல்லை.

ஆனால் மணிமேகலையைப் பொறுத்தவரை இதுபோன்ற எந்தச் சிக்கல்களும் இல்லை. அது ஒரு பவுத்த சமயநூல் என்பதும் அதனை எழுதிய சீத்தலைச் சாத்தனார் ஒரு

பவுத்தர் என்பதும் உள்ளங்கை நெல்லிக்கனி போன்றவை. இதனால் மணிமேகலையைக் கையில் எடுத்தவர்களுக்குத்தான் எழுதியவர்களுக்குத்தான் தங்கள் நூலைப் புனிதப்படுத்த வேண்டிய மதத் தேவை காணப்படுகிறது.

இன்னும் சொல்லப்போனால், சிலப்பதிகாரம் புகழ்பெற்று இருந்த காரணத்தால்தான் மாதவியின் மகள் மணிமேகலையின் கதையை எழுதினார்களோ? என்றுகூடத் தோன்றுகின்றது. மணிமேகலை நூல் சில இடங்களில் கோவலனின் முன்னோருக்கும், கண்ணகிக்கும் கூட பவுத்த சாயம் பூச முயல்கின்றது.

மேலும் இளங்கோவடிகளும் சீத்தலைச் சாத்தனாரும் தங்கள் படைப்புகளின் நோக்க அளவிலேயே மாறுபடுகின்றனர்.

இளங்கோவடிகள் மதங்களைக் கடந்து, மூவேந்தர்கள் என்ற மரபுப் பிரிவுகளைக் கடந்து, தமிழர் என்ற அடிப்படையில் தமிழக மக்களும் அரசும் ஒன்றாக நிற்கவேண்டியதன் அவசியத்தை வலியுறுத்துகிறார். இன்னும் சொல்லப் போனால் சிலப்பதிகாரக் கதையை அவர் தேர்வு செய்ய அதுவே அடிப்படைக் காரணமாக இருந்திருக்க வேண்டும். இதனால் சிலப்பதிகாரம் மதநல்லிணக்கத்தைப் பேசும் நூலாக உள்ளது. குடிமக்கள் காப்பியமாகப் போற்றப்படுகிறது. சிலப்பதிகாரம் சற்று சமணத்தின் பக்கம் சாய்வது போலத் தோன்றினாலும், எந்தச் சமயமும் அதில் தாழ்த்தப்படவில்லை. ஆனால் மணிமேகலை அப்படி ஒரு நடுநிலையை நோக்கிய நூலாக இல்லை. இது பவுத்த மதத்தின் பக்கம் நின்று, பிறரை மட்டம் தட்டும் நூலாக உள்ளது.

மேலும், மணிமேகலையை எழுதிய சீத்தலைச் சாத்தனார் சேரர் வரலாற்றை அறிந்தவர்தானா என்பதே கேள்விக்குறியாகத்தான் உள்ளது. ஏனெனில் மணிமேகலையின் கச்சிமாநகர் புக்க காதையில் மணிமேகலைக்கு அவரது முன்னோரைக் கூறும் இடத்தில், 'உன் தந்தையான கோவலனுக்கு ஒன்பது தலைமுறை முன்னோராகிய கோவலன் என்பவன் அரசனுக்கு நெருங்கிய நண்பன்' என்று கூறப்படுகிறது. அதற்கான வரிகள்:

'நின்பெருந் தாதைக் கொன்பது வழிமுறை
முன்னோன் கோவலன் மன்னவன் றனக்கு
நீங்காக் காதற் பாங்க னாதலின்'

அந்த அரசன் குடகின் அரசனான சேரலாதன் என்பதை

'குடக்கோச் சேரலன் குட்டுவர் பெருந்தகை
விடர்ச்சிலை பொறித்த வேந்தன்'

என்று அதே காதை முன்னமே கூறியுள்ளது.

குடகுப் பகுதியை ஆட்சி செய்த சேரலாதன் சேரன் செங்குட்டுவனின் தந்தையாகிய இமயவரம்பன் நெடுஞ்சேரலாதனே ஆவார். இவர்தான் இமயத்தில் வில்சின்னத்தைப் பொறித்தவர் (விடர்ச்சிலை பொறித்த வேந்தன்). இவர் காலத்தில் கோவலன் புகழ்பெற்ற நபராகத் திகழ்ந்திருக்க வாய்ப்புகள் உள்ளன. இளங்கோவடிகள் கோவலனை 'மண் தேய்த்த புகழினான்' எனக் கூறுவதால் இதனை அறியலாம். இவர்தான் கண்ணகியின் காலத்தைச் சேர்ந்த கோவலன்.

இவரை மணிமேகலையின் 9 தலைமுறைக்கு முந்தையவர் என சாத்தனாரே கூறியது காலக் கணக்கையும் சேரரின் வைப்புமுறையையும் குழப்புகின்றது. இதனைக் கொண்டு இவர்களை சேரன் செங்குட்டுவனின் காலத்திற்குக் பின்னே கொண்டு செல்ல வேண்டுமோ? என நாம் எண்ணும்போது, மணிமேகலையின் அதே காதையில் 'கோவலனும் கண்ணகியும் கபிலவஸ்துவில் புத்தர் அவதரித்துச் செய்யும் தரும உபதேசத்தைக் கேட்டு வீடுபேறு அடைவார்கள்' என்று தெய்வ உரை கூறியதாகச் சாத்தனார் குறிப்பிட்டுள்ளார். அதற்கான வரிகள்:

'இன்னுங் கேளாய் நன்னெறி மாதே
தீவினை யுருப்பச் சென்றநின் றாதையும்
தேவரிற் றோற்றிமுற் செய்தவப் பயத்தால்
ஆங்கத் தீவினை யின்னுந் துய்த்துப்
பூங்கொடி முன்னவன் போதியி னல்லறந்
தாங்கிய தவத்தாற் றான்றவந் தாங்கிக்
காதலி தன்னொடு கபிலையம் பதியில்
நாத னல்லறங் கேட்டுவீ டெய்துமென்று
அற்புதக் கிளவி யறிந்தோர் கூறச்
சொற்பய னுணர்ந்தேன் றோகை யானும்'

இதைவைத்து புத்தரின் காலத்திற்கு முற்பட்டவர் இமயவரம்பன் நெடுஞ்சேரலாதன் என சீத்தலைச் சாத்தனார் கூறுகிறாரா? என்று புரியவில்லை. இப்படி நிறைய காலக் குழப்பங்கள் மணிமேகலையில் உள்ளன. வரலாற்றைப் பதிவு

செய்யும் எந்த நோக்கமும் இல்லாமல் பவுத்தத்தைப் பரப்பும் நோக்கமே மணிமேகலையில் விரவிக் காணப்படுகின்றது. மணிமேகலை ஆசிரியர் சீத்தலைச் சாத்தனாருக்கு சங்ககாலம் குறித்த அடிப்படைப் புரிதலே இல்லை என்பதுதான் மணிமேகலை காட்டும் அடிப்படை உண்மை ஆகும்.

இவற்றைக் கொண்டு மணிமேகலை நூலை எழுதியவர் சீத்தலைச் சாத்தனார் என்ற ஒரு பிற்கால பவுத்தப் புலவர் என்றும், அவர் சங்ககாலப் புலவரும் இளங்கோவடிகளின் நண்பருமான இன்னொரு முற்கால சீத்தலைச் சாத்தனாருக்குப் பின் வந்தவர் எனவும் கொள்ளலாம். சிலப்பதிகாரம் சேர, சோழ, பாண்டிய நாடுகளில் போற்றப்படுவதை அறிந்த பவுத்தரான சீத்தலைச் சாத்தனார் அதன் காரணமாகவே மணிமேகலையை எழுதினார் எனவும், பிற்கால பவுத்தர்கள் இரண்டு காப்பியங்களையும் இணைத்து பதிகம் எழுதினார்கள் எனவும் நாம் கொள்ள இயலும். வட இந்தியாவிலும் இலங்கையில் பவுத்தர்கள் திரித்த வரலாறுகளை அறிந்தவர்களுக்கும், ஆய்வாளர் ஸ்மித் பவுத்தப் பொய்களைப் பற்றி விளக்கியதைப் படித்தவர்களுக்கும் இதை நம்புவதில் சிக்கல் இருக்காது.

இவற்றில் இருந்து சிலப்பதிகாரமும் மணிமேகலையும் சமகால இலக்கியங்கள் அல்ல என்பதையும் இப்போதுள்ள சிலப்பதிகாரப் பகுதிகள் அனைத்தும் இளங்கோவடிகளால் எழுதப்பட்டவை அல்ல என்பதையும் நாம் அறியலாம். அப்படியானால் இளங்கோவடிகளுக்கு சீத்தலைச் சாத்தனார் என ஒரு நண்பர் இருந்திருக்க வாய்ப்பே இல்லையா? என்று கேட்டால் இதன் பதில் உங்களுக்கு வியப்பைத் தரலாம்.

4.5. இரண்டு சீத்தலைச் சாத்தனார்

சீத்தலைச் சாத்தனார் என்ற பெயரில் சங்ககாலப் புலவர் ஒருவரும் இருந்துள்ளார். சங்க இலக்கியங்களில் சீத்தலைச் சாத்தனார் பாடியதாக மொத்தம் 10 பாடல்கள் நமக்குக் கிடைக்கின்றன. அவற்றில் 9 பாடல்கள் அகத்திணைப் பாடல்கள். இவரது பாடல்கள் சங்க இலக்கியங்களான நற்றிணை, குறுந்தொகை, அகநானூறு, புறநானூறு ஆகிய நூல்களில் காணப்படுகின்றன.

இவரது அகத்திணைப் பாடல்கள் அனைத்தும் காதலைப் போற்றுபவை, இல்வாழ்க்கையை வலியுறுத்துபவை. இதனால்

இதனை எழுதியவர்தான் இளம் பெண்ணின் துறவுக் காப்பியமான மணிமேகலையை எழுதினாரா? இவர்தான் பவுத்தத்தைப் பரப்பப் பார்த்தாரா? என்ற ஐயத்தைத் தவிர்க்க இயலவில்லை. மேலும் சங்ககாலப் புலவர் சீத்தலைச் சாத்தனாரின் பாடல்களில் காணப்படும் எந்த நயமும் பாங்கும் மணிமேகலையில் இல்லை. இந்த அகப்பொருள் பாடல்கள் சங்ககால சீத்தலைச் சாத்தனார் மணிமேகலை பாடிய சீத்தலைச் சாத்தனார் அல்ல என்பதையே காட்டுகின்றன.

சங்கப் புலவர் சீத்தலைச் சாத்தனார் புறத்திணையில் பாடிய ஒரேபாடல் 'ஆரம் தாழ்ந்த அணிகிளர் மார்பின்' எனத் தொடங்கும் பாடலாகும். இதனை இவர் பாண்டியன் சித்திரமாடத்துத் துஞ்சிய நன்மாறன் என்பவர் மீது பாடியுள்ளார். இந்த சித்திரமாடத்துத் துஞ்சிய நன்மாறன்தான் கண்ணகியின் இறப்புக்குப் பின்னர் பாண்டிய மன்னனான வெற்றிவேல் செழியன் என்று சில தமிழ் ஆய்வாளர்கள் கருதுகிறார்கள். இதனை மறுக்கவும் சான்றுகள் இல்லை.

எனவே கண்ணகி வழக்கின்பின்பு பாண்டிய மண்ணின் அரசனான வெற்றிவேல் செழியனும், சங்கப் புலவரான சீத்தலைச் சாத்தனாரும், சிலப்பதிகாரத்தை எழுதிய இளங்கோவடிகளும் சங்ககாலத்தவர்கள் என்று கருதத் தடையேதுமில்லை.

ஆனால், இவர்தான் மணிமேகலையை எழுதியவர் எனக் கொள்ள எந்தத் தேவையும் இல்லை. ஏனெனில் புலவர்கள் இருவர் அல்லது இரண்டுக்கு மேற்பட்டோர் ஒரே மாதிரியான பெயர்களை வைத்துக் கொள்ளும் வழக்கம் சங்ககாலத்தில் இருந்து காணப்படுகிறது.

எடுத்துக்காட்டாக,

- பேரி சாத்தனார், ஆலம்பேரி சாத்தனார்
- நக்கீரர், மதுரை நக்கீரர், கணக்காயனார் மகனார் நக்கீரனார்
- மருதன் இளநாகனார், மதுரை மருதன் இளநாகனார்
- மதுரை ஆசிரியர் நல்லந்துவனார், ஆசிரியர் நல்லந்துவனார், அந்துவன் என்ற பட்டியலில் ஒத்துப்போகும் பெயருள்ள மாறுபட்ட புலவர்கள் உள்ளனர்.

இவர்களைப் போலவே சீத்தலைச் சாத்தனார் என்ற பெயரில் இருவர் இருந்தனர், அவர்களில் ஒருவர் இளங்கோவடிகளின் சம காலத்தில் வாழ்ந்த சங்கப் புலவர் என நாம் கொள்ளலாம்.

பிற்காலத்தில் இன்னொரு சீத்தலைச் சாத்தனார் மணிமேகலையை எழுத, பவுத்த சமய நூலான மணிமேகலையை மக்களிடம் கொண்டு சேர்க்கும் சமய நோக்கத்தால் அவரை இளங்கோவடிகளின் நண்பரான புறநானூறு பாடிய சீத்தலைச் சாத்தனாருடன் பதிகம் மூலம் சேர்த்தார்கள் எனவும், அதே காலத்தில் சிலப்பதிகாரத்தின் பதிகம் உள்ளிட்ட பகுதிகளும் சேர்க்கப்பட்டன எனவும் நாம் கொள்ளலாம்.

சங்க கால ஔவையாரும் பிற்கால ஔவையாரும், திருக்குறள் எழுதிய திருவள்ளுவரும் ஞான வெட்டியான் எழுதிய வள்ளுவரும், இராமாவதாரம் எழுதிய கம்பரும் சிலையெழுபது எழுதிய கம்பரும் இதுபோலத்தான் ஒரே நபராக இணைக்கப்பட்டார்கள் எனப் பார்க்கும்போது இதை ஏற்பது எளிதானதுதான்.

சிலப்பதிகாரம் பவுத்த நூல் அல்ல என்றாலும் நெடுங்காலம் அதுவும் மணிமேகலையுடன் பவுத்த நூலாகவே முன்னிறுத்தப்பட்டது என்பதை மனதில் கொண்டு பார்க்கும்போது இது இன்னும் தெளிவாகப் புரியும்.

மணிமேகலையில் இல்லாத வரலாற்றுத் துல்லியம் இளங்கோவடிகள் எழுதிய சிலப்பதிகாரத்தில் காணப்படுவதாலும், சங்ககால மூவேந்தரின் ஒற்றுமையை வலுப்படுத்தும் நோக்கம் அதில் காணப்படுவதாலும் சிலப்பதிகாரம் கண்ணகி வழக்கு நடந்த காலத்திற்கு நெடுங்காலம் கழித்து எழுதப்படவில்லை எனலாம்.

~

5
சிலப்பதிகாரம் காலமும் சூழலும்

கண்ணகி மறைந்தபின்பு மிக நெடுங்காலம் கழித்து சிலப்பதிகாரம் எழுதப்படவில்லை என்பதைப் போலவே, கண்ணகி மறைந்த உடனேயும் சிலப்பதிகாரம் எழுதப்பட்டுவிடவில்லை என்பதும் உண்மை ஆகும்.

கண்ணகி அரசனுக்கு எதிராகப் போராடி நீதி பெற்ற ஒரு பெண் என்ற நிலையில் இருந்தபோது சிலப்பதிகாரம் எழுதப்பட்டிருந்தால் அதில் கண்ணகி ஒரு சாதாரண பெண்ணாகவே குறிக்கப்பட்டிருப்பார். ஆனால், அந்த நிகழ்வு நடந்த பின்பு, வஞ்சியிலே கண்ணகிக்குக் கோவில் கட்டப்பட்டு, கொங்கிலே பலரும் கண்ணகியை தெய்வமாக ஏற்றுக்கொண்ட பின்னர்தான் சிலப்பதிகாரம் எழுதப்படுகிறது (சிலப்பதிகாரத்தின் காலத்தில் கொங்கில் கண்ணகி வழிபாடு ஏற்பட்டுவிட்டது என்பதை 'கொங்கச் செல்வி' என்று இளங்கோவடிகள் குறிப்பிடுவதன் மூலம் அறியலாம்.).

தொல்காப்பியத்திற்கு உரை எழுதிய நச்சினார்க்கினியர் தொன்மை என்பதை **'உரைவிராஅயப் பழமையாகிய கதைப் பொருளாகச் சொல்லப்படுவது'** என்று விளக்கி அதற்கு எடுத்துக்காட்டுகளாக பெருந்தேவனார் பாரதம், தகடூர் யாத்திரை, சிலப்பதிகாரம் ஆகியவற்றைத் தருகிறார். இதனால் சிலப்பதிகார நூல் கண்ணகியின் நிகழ்வுக்குப் பிந்தையது என்ற அவர் கருத்தை அறியலாம். இதுவும் மறுக்கத்தக்கதாக இல்லை.

இதனால் இளங்கோவடிகள்தான் கண்ணகியைக் கடவுளாகக் கற்பித்தார் என்று கூற முடியவில்லை. தனது காலத்தில் கண்ணகி குறித்து மக்கள் மனதில் இருந்த எண்ணத்தையே இளங்கோவடிகள் பிரதிபலித்தார் என்பதுதான் வரலாற்றின் பார்வையில் சரியாகும்.

எடுத்துக்காட்டாக, இராமனின் கதையை வால்மீகி எழுதியபோது இராமன் தெய்வத்தன்மை மிக்க ஒரு அரசனாகக் கருதப்பட்டாலும், இராமன் அன்றைய மக்கள் மத்தியில் மாபெரும் கடவுளாக மாறியிருக்கவில்லை. அதனால்தான் இராமன் அசைவம் சாப்பிடுபவன் என்றும் மனைவியை சந்தேகப்படுபவன் என்றும் எந்தத் தயக்கமும் இல்லாமல் வால்மீகியால் எழுத முடிந்தது. ஆனால் அதே கதையை கம்பர் எழுதும்போது மக்களின் எண்ணம் முன்புபோல இல்லை. அதனால் கம்பர் இராமனின் புகழைத் 'திருத்தி' எழுதினார். அனுமனைப் பற்றிக் கூறும் இடத்தில் இரட்டுறமொழிதலாக

> **'செவிக்குத் தேன் என இராகவன் புகழினைத் திருத்தும்**
> **கவிக்கு நாயகன்'** *(கம்பராமாயணம், 4966)*

என்றார்.

அருஞ்சொல் விளக்கம்: கவிக்கு நாயகன் என்பது குரங்குகளின் நாயகனான அனுமனுக்கும் பொருந்தும், கவிதைக்கு நாயகனான கம்பனுக்கும் பொருந்தும்.

அதனால்தான் கம்பனின் இராமன் சைவம் மட்டுமே உண்பவனாக, மனைவியைத்தான் சந்தேகப்படாவிட்டாலும் ஊரின் சந்தேகத்தைத் தீர்க்க விழைபவனாக உருவாக்கப்பட்டார். வால்மீகி இராமாயணத்தில் சீதையின் உணவிற்காக மானைத் துரத்தும் இராமனைக் கம்பர் தன் இராமாயணத்தில்

சீதைக்காக 'பொன்மானை'த் துரத்துபவனாக மாற்றியதைக் கவனித்தாலேயே இது புரியும்.

இராமன் கடவுளாக முழுவதும் ஏற்கப்பட்ட பின்பே கம்பராமாயணம் பிறந்ததைப் போல, கண்ணகியின் கதை சமூகத்தில் பலத்த தாக்கங்களை ஏற்படுத்திய பின்னரே சிலப்பதிகாரம் பிறந்தது. அதனால்தான் இளங்கோவடிகள் சிலப்பதிகாரத்தின் தொடக்கத்தில் இருந்து கண்ணகியை ஒரு சாதாரணப் பெண்ணாக அல்லாமல், தெய்வத்தன்மை பெற்ற ஒரு கடவுளாகவே வார்த்து உள்ளார்.

சிலப்பதிகாரத்தைப் படிக்கும்போது கண்ணகியின் உருவம் நமக்குப் பிடிபடுவது இல்லை. ஆனால் அவளது குணங்கள் நம்மை மூழ்கடிக்கின்றன. கண்ணகியை அறிமுகப்படுத்தும்போதே,

'போதிலார் திருவினாள் புகழுடை வடிவென்றும்
தீதிலா வடமீனின் திறம் இவள் திறமென்றும்
மாதரார் தொழுதேத்த வயங்கிய பெருங்குணத்துக்
காதலார் பெயர் மன்னும் கண்ணகி என்பாள்.'

(மங்கல வாழ்த்து)

என்றுதான் இளங்கோவடிகள் அறிமுகப்படுத்துகிறார்.

அழகுடை வடிவம் என்று சொல்லாமல் புகழுடை வடிவம் என்றும், வடமீனின் திறம் என்றும், பெரிய குணம் என்றும் இளங்கோவடிகள் அறிமுகப்படுத்தும்போதே, கண்ணகி பின்பு மாதர்களால் தொழப்படப் போகிற தெய்வம் என்ற எண்ணம் விதைக்கப்படுகின்றது.

இதன் காரணம் கண்ணகியைத் தெய்வமாகக் காட்டிதான் சிலப்பதிகாரத்தைத் தொடங்க முடியும் என்ற அன்றைய சமூகச் சூழல் ஆகும். இந்த நிலைப்பாடு காப்பியம் முழுக்கத் தொடர்கிறது.

திருமணத்தின் முன்பு கண்ணகி கோவலனைக் காதலித்ததாக சிலப்பதிகாரம் கூறவில்லை. அது பெற்றோர் முடிவு செய்த திருமணமாகவே நடக்கிறது. கோவலன் மண் தேய்த்த புகழை உடையவனாக இருந்தாலும் கண்ணகி திருமணத்திற்கு முன் அவனைக் காதலிக்கவில்லை.

திருமணத்திற்குப் பின்பு கண்ணகி கோவலனுடன் இணைந்திருந்தாலும் சிற்றின்பத்திலோ காதலிலோ அவள்

மூழ்கியிருந்ததாக இளங்கோவடிகள் எழுதவில்லை. இருவரும் இல்லறம் நடத்தினார்கள் அவ்வளவுதான்.

பின்னர் இருவரும் பிரிந்திருந்தபோதும் கணவன் இல்லாமல் மனைவி இருக்கக் கூடாதே என்ற அறம்தான் கண்ணகியைச் சுட்டது. கணவனின் அன்பு இல்லை என்ற சூழல் சுடவில்லை. கண்ணகிக்கு எப்போதும் அறமே முதலாவதாக இருந்தது. இதனைக் கண்ணகி

'அறவோர்க்கு அளித்தலும் அந்தணர் ஓம்பலும்
துறவோர்க்கு எதிர்தலும் தொல்லோர் சிறப்பின்
விருந்து எதிர்கோடலும் இழந்த என்னை'

என்று தன் இழப்புகளுக்கு இட்ட பட்டியலில் காணலாம்.

கணவனைப் பிரிந்திருந்த கண்ணகி தான் கண்ட தீய நிமித்தக் கனவை தேவந்தியிடம் கூற, தேவந்தியோ **"உன் கணவன் உன்னை வெறுக்கவில்லை. நீ போன பிறவியில் உன் கணவனுக்காகச் செய்ய வேண்டிய நோன்புகளைச் செய்யாமல் இருந்தாய், அதன் விளைவே இது. காவிரியானது கடலில் கலக்கும் சங்கமத் துறையில் சோமகுண்டம் சூரிய குண்டம் என்னும் நீர்த்தடங்கள் உள்ளன. அவற்றில் முழுகிக் காமக் கடவுளான மன்மதனின் கோயிலுக்குச் சென்று தொழுதால் பெண்கள் கணவனோடு இன்பமாக வாழ்வார்கள் என்பது வழக்கு. நாம் அங்கு போய் நீராடுவோம்"** என்று கூறுகிறாள்.

ஆனால் கண்ணகியோ அதற்கு **'அது பெருமை யல்ல (பீடு அன்று)'** என்று மறுத்து விடுகிறாள். கணவனின் அன்புக்காகக் காமனை வழிபட அவள் நினைக்கவில்லை. இங்கு **'தெய்வம் தொழாள்'** என்பதற்கு கண்ணகி எடுத்துக்காட்டாகக் காட்டப்படுகிறாள்.

மாதவியோடு ஏற்பட்ட முரண்பாட்டால் மீண்டு வந்த கணவனிடம் 'உன் அன்பை இழந்துவிட்டேனே...' என்றெல்லாம் வருந்தாமல், மாற்றமே உலகின் இயல்பு என்று உலகின் நியதி பேசுகிறாள்.

கணவன் கோவலன் கூட கண்ணகியைக்,

'பேணிய கற்பும் பெருந்துணையாக
என்னொடு போந்து ஈங்கு என்துயர் களைந்த
பொன்னே கொடியே புனைபூங்கோதாய்'

(கொலைக்களக் காதை)

என்றும்,

‘நாணின் பாவாய் நீணில விளக்கே
கற்பின் கொழுந்தே பொற்பின் செல்வி’

(கொலைக்களக் காதை)

என்றும், கற்பை அடிப்படையாகக் கொண்டுதான் பாராட்டுகிறான். கண்ணகி மதுரையை எரிக்கும் முன்பே கோவலன் கண்ணகியின் கற்பைப் பாராட்டுவது சற்று மாறுபாடாகத் தோன்றுகின்றது. மற்றவர்கள் கண்ணகியைப் பற்றிக் கூறுபவை இன்னும் அதிகப் புகழ்ச்சியாக உள்ளன.

வேட்டுவ வரியில் சாலினி

‘ஒருமாமணியாா் உலகிற்கு ஓங்கிய
திருமாமணி’ என்று கண்ணகியைத் ‘திருமாமணி’ என அழைப்பதும்,

கவுந்தி அடிகள்

‘கற்புடைத் தெய்வம் யாம் கண்டிலமால்’ என்ற வரியில் கண்ணகியை ‘கற்புடைத் தெய்வம்’ என்று மாதரிக்கு அறிமுகப்படுத்துவதும்,

மாதரி

‘தொழுனை ஆற்றினுள் தூமணி வண்ணனை
விழுமம் தீர்த்த விளக்குக் கொல்’ என்ற வரிகளில் கண்ணகியை நப்பின்னைக்கு உவமை காட்டுவதும்,

முருகனையே கடவுளாகக் கொண்ட குறவர்கள்

‘இவள் போலும் நங் குலக்கு ஓர் இருந் தெய்வம் இல்லை’ என்று கண்ணகியை புதிய தெய்வமாக ஏற்பதும்,

கணவனை இழந்து கையில் சிலம்போடு வரும் கண்ணகியைக் கண்ட மதுரை மக்கள்,

‘செம்பொற் சிலம்பு ஒன்று
கையேந்தி நம் பொருட்டால்
வம்பப் பெருந்தெய்வம் வந்தது இதுவென் கொல்’ என்ற வரிகளில் கண்ணகியை ‘வம்பப் பெருந்தெய்வம்’ எனப் பெருந்தெய்வமாக ஏற்பதும்,

சேரமாதேவி,

‘இப்பத்தினிக் கடவுளைப் பரசல் வேண்டும்’ என்று கண்ணகியை வழிபடு கடவுளாக ஏற்பதும் கண்ணகி

சிலப்பதிகாரம் முழுக்க முன்முடிவு செய்யப்பட்ட கடவுள்தான் என்பதையே காட்டுகின்றன.

இதையெல்லாம் தனியே பார்க்கும்போது இளங்கோவடிகள் கண்ணகியைக் கடவுளாக்கப் பார்க்கிறார் எனத் தோன்றலாம். ஆனால் வரலாற்றுப் பின்னணியோடு பார்க்கும்போது இளங்கோவடிகள் கற்புக் கடவுளாகப் பார்க்கப்பட்ட கண்ணகியின் வரலாற்றை அவள் பக்தர்கள் மனம் நோகாத வகையில் எழுதினார் என்று கொள்வதுதான் சரியானதாக உள்ளது.

ஏனெனில் கண்ணகியின் வருகைக்குப் பின் தமிழரின் நம்பிக்கைகள் பண்பாடுகள் ஆகியவற்றில் பெரும் தாக்கங்கள் எதிர்கொள்ளப்பட்டன. அதன் விளைவுகள் சங்க இலக்கியங்கள் நெடுக எதிரொலிக்கின்றன. எனவேதான் அந்த மாற்றங்களின் ஊற்றுக் கண்ணான கண்ணகி கதையை மாயவாதம் இல்லாமல் எழுத இளங்கோவடிகளால் இயலவில்லை.

அப்படி என்னென்ன தாக்கங்களைக் கொண்டு வந்தாள் கண்ணகி?

5.1. மாறிய மழைக் கடவுள்!

தொல்காப்பியத்தில் மருதத்திற்கான கடவுளாக வேந்தனே கூறப்பட்டான். பின்னர் அந்த இடத்தைக் கடவுள்களின் தலைவனான இந்திரன் பெற்றான், அப்போது இந்திரனே மழையின் கடவுள் என்று கருதப்பட்டான். இடி மின்னலைத் தடியாகக் கொண்டவன் என்றும் வானவில்லை வில்லாகக் கொண்டவன் என்றும் இந்திரன் நம்பப்பட்டான். இன்றும் வானவில்லை இந்திர வில் என்று அழைக்கும் வழக்கம் தொடர்வதற்கு இதுவே காரணம்.

ஆனால், பின்னர் கண்ணன் வழிபாடு இந்திரன் வழிபாட்டை அழித்தது. கண்ணன் இந்திரனை வென்றவன் என்று காட்ட 'குன்றம் ஏந்தி மக்களைக் காத்த கதை' உருவாக்கப்பட்டது (இது குறித்து எனது பல்லவர் வரலாறு நூலில் விரிவாக எழுதியுள்ளேன்).

இந்திர வழிபாடு வீழ்ச்சியுற்ற அதே காலத்தில் மீண்டும் வேந்தர்கள் கடவுள்களின் இடத்தைப் பிடிக்கப்

பார்த்தனர். இந்திரனே மழை கொடுக்காதபோதும் தங்களால் மழை கொடுக்க இயலும் என்று பாண்டியர்கள் கூறினர். சிலப்பதிகாரத்தில் உள்ள பாண்டியரின் புகழ்ச்சிப்பாடலான,

'முடிவளை உடைத்தோன் முதல்வன் சென்னியென்று
இடியுடைப் பெருமழை எய்தாது ஏகப்
பிழையா விளையுள் பெருவளஞ் சுரப்ப
மழைபிணித் தாண்ட மன்னவன் வாழ்க'

(காடுகாண் காதை)

என்ற பாடலின் வரிகள் இந்திரன் மழை கொடுக்காதபோது பாண்டியன் மழையைக் கொண்டு வந்தான் என்ற ஒரு கதையைக் கூறுகின்றன.

ஆனால், கண்ணகி அரசவைக்கு வந்த நிகழ்விற்குப் பின்னர் ஏற்பட்ட பஞ்சத்தின்போது, முன்பு அப்படி மக்களால் மழையைப் பணியவைக்கக் கூடியவர்கள் என நம்பப்பட்ட பாண்டிய அரசர்களால்கூட மழையைக் கொண்டுவர முடியவில்லை! இந்நிலையில் மீண்டும் வேந்தனின் இடம் கேள்விக்குரியதாகியது. இதனால் பாண்டியர்கள் கண்ணகியைத் தெய்வமாக்கி விழா எடுத்தார்கள்.

பாண்டியர்களைப் பார்த்து கோசர்களும், கயவாகுவும், சோழர்களும் கண்ணகிக்கு மழை வேண்டி விழா எடுத்தார்கள். ஒவ்வொருமுறையும் கண்ணகி விழாவின் பின்னர் மழை பெய்ததால் கண்ணகி மழைக் கடவுள் என்ற இடத்தை நிரந்தரமாக எடுத்துக் கொண்டாள். மழையைக் குறிக்கும் சொல்லான மாரி என்பதே பின்னர் கண்ணகியின் பெயராகும் அளவுக்கு மழையோடு கண்ணகி தொடர்புபடுத்தப்பட்டாள். கண்ணகி வழிபாடு மாரியம்மன் வழிபாடானது நாம் அறிந்ததே.

5.2. வரையறை மாறிய கற்பு!

தொல்காப்பியரின் காலத்தில் கற்பு என்ற தமிழ்ச் சொல்லுக்குத் திருமணம் என்பதே பொருளாக இருந்தது! களவுக்குப் (காதலுக்கு) பின்வருவதே கற்பு (திருமணம்) என்ற வரிசைதான் தொல்காப்பியத்தில் காணப்படுகின்றது.

தொல்காப்பியத்தில் உள்ள களவியல், கற்பியல் ஆகிய பகுதிகளைப் படித்தால் இது எளிதில் புரியும். இதனால்தான்

தொல்காப்பியர் கற்பியலின் முதல் நூற்பாவிலேயே,

'கற்பு எனப்படுவது கரணமொடு புணர
கொளற்குரி மரபின் கிழவன் கிழத்தியை
கொடைக்கு உரி மரபினோர் கொடுப்பக் கொள்வதுவே'
(தொல்காப்பியம், பொருளதிகாரம், கற்பியல்)

என்று கூறுகிறார். இதற்கு உரையெழுதிய நச்சினார்க்கினியர் **'வரைதலின் பின் இன்னவாறு ஒழுகுதல் வேண்டும் என இருமுது குரவரால் கற்பித்தலின் கற்பாயிற்று'** என்று விளக்கம் தருகிறார்.

வேர்ச்சொல் ஆய்வின்படி கற்பு என்ற சொல்லுக்குக் 'கற்பிக்கப்படுவதால் வருவது' என்பதுதான் சரியான விளக்கம் ஆகும். இதனால் பக்தி இலக்கியங்களின் காலம் வரையில் கற்பு என்ற சொல் 'கல்வி' என்ற பொருளில் தொடர்ந்து புழங்கியது. எடுத்துக்காட்டாக 'சமணர் கற்பு' என்பது சமணர் கல்வி என்ற பொருளில் திருஞான சம்பந்தரால் எடுத்தாளப்பட்டு உள்ளது.

அப்படியானால் இப்போது பொதுமக்கள் மத்தியில் புழங்கும், பெண்ணின் நடத்தையோடு தொடர்புபடுத்தப்படும் 'கற்பு' என்ற சொல் எப்பொழுது தோன்றியது? அது தமிழர் பண்பாட்டிற்குள் எப்படி நுழைந்தது? அது எப்போது கற்பிக்கப்பட்டது?

தொல்காப்பியத்திற்குப் பின்வந்த தமிழ் இலக்கியங்களான சங்க இலக்கியங்கள், அற இலக்கியங்கள், காப்பியங்கள் ஆகியவற்றில்தான் கற்பு என்ற சொல் ஒரு பெண் அவளது கணவனுக்கு உண்மையோடு நடந்து கொள்வது என்பதாக மாறி உள்ளது.

இவற்றில் காலத்தால் முற்பட்டதாகக் கருதப்படும் சங்க இலக்கியங்களில் கற்பு என்ற கருதுகோள்

'கற்பு மேம்படுவி' *(அகநானூறு, 323)*

'கற்பினின் வழாஅ நற்பல உதவி' *(அகநானூறு, 86)*

'நாணொடு மிடைந்த கற்பின் வாணுதல்' *(அகநானூறு, 9)*

'மனை மாண் கற்பின் வாணுதல் ஒழிய' *(அகநானூறு, 33)*

'திருநகர் அடங்கிய மாசுஇல் கற்பின்' *(அகநானூறு,114)*

'உவர் நீங்கு கற்பின் எம் உயிர் உடன் படுவீ'
(அகநானூறு,136)

'முல்லை சான்ற கற்பின்'

(அகநானூறு, 247:13, நற்றிணை, 142)

'முல்லை சான்ற கற்பின் மெல்லியல்'

(சிறுபாணாற்றுப்படை, 30)

'இறந்த கற்பினாட்கு எவ்வம் படரன்மின்' *(கலித்தொகை, 9)*

'நிலைஇய கற்பினாள் நீ நீப்பின் வாழாதாள்'

(கலித்தொகை, 2)

'ஆறிய கற்பின் அடங்கிய சாயல்' *(பதிற்றுப்பத்து, 16)*

'ஆறிய கற்பின் தேறிய நல்லிசை' *(பதிற்றுப்பத்து, 90)*

'கற்பு இறை கொண்ட கமழும் சுடர் நுதல்'

(பதிற்றுப்பத்து, 70)

'பல் மாண் கற்பின் நின் கிளை முதலோர்க்கும்'

(புறநானூறு, 163)

'மறங்கடிந்த அருங் கற்பின்' *(புறநானூறு,166)*

'நாண் அலது இல்லாக் கற்பின் வாள்நுதல்' *(புறநானூறு,196)*

'அடங்கிய கற்பின் ஆய்நுதல் மடந்தை' *(புறநானூறு, 249)*

'கற்புடை மடந்தை தன்புறம் புல்ல' *(புறநானூறு, 383)*

'நன்றி சான்ற கற்போடு' *(நற்றிணை, 330)*

'மாசுஇல் கற்பின் மடவோள் குழவி' *(நற்றிணை, 15)*

'விளங்கு நகர் அடங்கிய கற்பின்' *(குறுந்தொகை, 338)*

'புலத்தலின் சிறந்தது கற்பே' *(பரிபாடல், 9)*

எனப் பல இடங்களில் காணப்படுகின்றது.

இதே காலத்தில் காணப்படும் 'ஒரு பெண் கணவனுக்கு உண்மையோடு இருந்தால் மட்டுமே போதும், அவளுக்கு கடவுளின் அருள் இல்லாவிட்டாலும் தெய்வத்தன்மை கிடைக்கும்' என்ற நம்பிக்கையும் கற்பு என்ற கருதுகோளை அடிப்படையாகக் கொண்டுள்ளது. இந்த நம்பிக்கையும் சங்க இலக்கியங்களில்,

'அணங்குறு கற்பொடு மடம் கொளச் சாஅய்'

(அகநானூறு, 73)

'கடவுட் கற்பொடு குடிக்கு விளக்கு ஆகிய'

(அகநானூறு, 184)

'கடவுட் கற்பின் மடவோள் கூற' (அகநானூறு, 314)

'ஒலிந்த கூந்தல் அறம்சால் கற்பின்' (பதிற்றுப்பத்து, 31)

'காமர் கடவுளும் ஆளும் கற்பின்' (பதிற்றுப்பத்து, 65)

'மீனொடு புரையும் கற்பின்' (பதிற்றுப்பத்து, 89)

'வடமீன் புரையும் கற்பின் மடமொழி' (புறநானூறு, 122)

'கடவுள் சான்ற கற்பின் சேயிழை' (புறநானூறு, 198)

'செயிர்தீர் கற்பின் சேயிழை கணவன்' (புறநானூறு, 3)

'கடவுட் கற்பின் அவன் எதிர் பேணி' (குறுந்தொகை, 252)

'அருந்ததி அனைய கற்பின்' (ஐங்குறுநூறு, 442)

'மறுஇல் கற்பின் வாணுதல் கணவன்'
(திருமுருகாற்றுப்படை, 6)

'சிறுமீன் புரையும் கற்பின் நறுநுதல்'
(பெரும்பாணாற்றுப்படை, 303)

'மறு அறு கற்பின் மாதவர் மனைவியர்' (பரிபாடல், 5)

'கற்பு இணை நெறியூடு அற்பு இணைக் கிழமை'
(பரிபாடல், 9)

'காமம் களவிட்டு கைகொள் கற்பு உற்றென'
(பரிபாடல், 11)

ஆகிய வரிகளில் காணப்படுகின்றது.

எனவே இந்தக் கருதுகோள்களைச் சிலப்பதிகாரம் முதன்முதலாக முன்னெடுக்கவில்லை. இவை தொல்காப்பியத்திற்குப் பின்னே, சங்க இலக்கியக் காலத்தில் தோன்றியவை. இவற்றை அந்தக் காலத்தைச் சேர்ந்த பிற நூல்களைப் போலவே சிலப்பதிகாரமும் பயன்படுத்தியுள்ளது. இப்படியாக சங்க இலக்கியங்களில் காணப்படும் கற்பு என்ற கருத்தியலின் தொடர்ச்சியாகத்தான் திருக்குறளில் உள்ள

தெய்வம் தொழாஅள் கொழுநன் தொழுதெழுவாள்
பெய்யெனப் பெய்யும் மழை

என்ற குறளை நாம் பார்க்க முடிகின்றது. தமிழ் இலக்கியங்களில் அதிகம் மேற்கோள் காட்டப்பட்ட குறள்களில் ஒன்று என்ற அளவில் இதன் முக்கியத்துவம் மிக அதிகமானது. இதனால் கற்பு குறித்த சங்ககாலக் குறிப்புகளைவிட இது

அதிகம் பிரபலமாகிவிட்டது. பலரும் இதற்காக 'கற்பைக் கண்டுபிடித்தவர்' என்ற ரீதியில் திருவள்ளுவரைத் திட்டியும் வருகின்றனர். இந்தக் குறளின் பொருள் என்ன?

உரையாசிரியர்களால் இந்தக் குறளுக்கு மூன்று விதமான விளக்கங்கள் கூறப்பட்டுள்ளன. அவற்றில் ஒரு வகை விளக்கம் கற்பு என்ற கருதுகோளுக்கும் இந்தக் குறள் கூறும் உவமைக்கும் நடுவில் உள்ள பொருத்தத்தைக் கேள்விக்குறியாக்குகின்றது. அதனால் இந்தக் குறளுக்குக் கூறப்படும் விளக்கங்கள் ஒவ்வொன்றையும் குறித்துச் சுருக்கமாகப் பார்ப்போம்.

முதல் வகை விளக்கங்கள்:

'கடவுளைத் தொழாமல் கணவனையே தொழும் மனைவி பெய்யென்று சொன்னால் மழை பெய்யும்' என்ற பொருளமைந்த விளக்கங்களே அதிக உரையாசிரியர்களால் பொதுவாகக் கூறப்படும் விளக்கங்களாக உள்ளன.

'தெய்வத்தைத் தெய்வமென்று தொழாளாய், எல்லாத் தெய்வமுந் தன் கணவனென்றே கருதி, அவனை நாள்தோறும் தொழுதெழும் அவள் பெய்யென்று சொல்ல மழை பெய்யும்' என மணக்குடவரும்

'வேறு தெய்வம் தொழாதவளாய்த் தன் கணவனையே தெய்வமாகக் கொண்டு தொழுது துயிலெழுகின்றவள் பெய் என்றால் மழை பெய்யும்' என்று மு.வரதராசனார் அவர்களும் கூறிய விளக்கங்கள் இதற்கான எடுத்துக்காட்டுகள் ஆகும்.

இரண்டாம் வகை விளக்கங்கள்:

'தொழு' என்ற சொல்லுக்கு வணங்கி என்ற பொருள் மட்டும் இல்லை. தொழு என்றால் குடும்ப வாழ்க்கை (இல்வாழ்க்கை) என்றும் பொருள் உண்டு.

> **'தொழுவில் தோன்றிய தோமறு கேவலக்**
> **கிழவன் மூது எயில் போல் கிளர்வுற்றதே'**

என்ற சீவக சிந்தாமணி வரிகளில் 'தொழுவில் தோன்றிய' எனும் தொடர் 'குடும்ப வாழ்க்கையில் பிறந்த' என்ற பொருளையே தருகின்றது. இன்றும் கால்நடைகள் குடும்பமாக வாழும் இடம் 'தொழு' அல்லது 'தொழுவம்' என்றே அழைக்கப்படுகின்றது. தொழு என்ற சொல்லின் மாற்றுப் பொருள் குறித்து வி.இ.குகநாதன் உள்ளிட்ட ஆய்வாளர்கள் தங்கள் ஆய்வுகளில் கூறியுள்ளனர்.

இதன் அடிப்படையில், 'தெய்வத்தைத் தொழாதவளாக இருந்தாலும் குடும்ப வாழ்வில் உள்ள பெண் சொன்னால் பெய்யெனப் பெய்யும் மழை' என்ற பொருள் கிடைக்கிறது.

மூன்றாம் வகை விளக்கங்கள்:

சிலர் இந்த திருக்குறளில் உள்ள 'பெய்யெனப் பெய்யும் மழை' என்ற வரியை ஒரு எடுத்துக்காட்டு என்பதாகப் பார்க்கிறார்கள். அதாவது 'கணவனைத் தொழும் மனைவியானவள் பெய் என்று ஆணையிட்டதும் பெய்யக் கூடிய மழையைப் போன்றவள்' என்கிறார்கள்.

பாவேந்தர் பாரதிதாசன் அவர்கள் தனது உரையில் **'தெய்வங்களைத் தொழ மாட்டாள், கணவனைத் தொழுதபடியே துயிலெழுவாள். அவள் அக் கணவனுக்குப் பெய்யெனப் பெய்யும் மழை போன்று இன்பப் பயன் அளிப்பாள்'** *என்று கூறியுள்ளதும்*

மு.கருணாநிதி தனது உரையில்,

'கணவன் வாக்கினைக் கடவுள் வாக்கினை விட மேலானதாகக் கருதி அவனையே தொழுதிடும் மனைவி பெய் என ஆணையிட்டவுடன் அஞ்சி நடுங்கிப் பெய்கின்ற மழையைப் போலத் தன்னை அடிமையாக எண்ணிக் கொள்பவளாவாள்' *என்று கூறியுள்ளதும் இதன் எடுத்துக்காட்டுகள் ஆகும்.*

இந்த மூன்று வகையான உரைகளில் எது வரலாற்றின்படி சரியானது? என்பதை அறிய திருவள்ளுவர் காலத்தில் சமூகத்தில் உண்மையாக நிலவிய நம்பிக்கை என்ன? என்பதை நாம் பார்க்க வேண்டும்.

சங்க இலக்கியத்தில் ஒன்றான கலித்தொகையில்

'வறன் ஒடின் வையகத்து வான்தரும் கற்பினாள்'

(கலித்தொகை, 16)

என்ற வரி உள்ளது.

இதன் பொருள்: *உலகமே வறட்சியில் துன்பப்படும் காலத்திலும் மழையைப் பெய்ய வைக்கும் கற்புத்திறம் உடையவள் இவன் மனைவி என்பதாகும்.*

அறநூல்களில் ஒன்றான திரிகடுகத்தில் நல்லாதனார்

'கொண்டான் குறிப்பு அறிவாள் பெண்டாட்டி; கொண்டன
செய் வகை செய்வான் தவசி; கொடிது ஒரீஇ

> நல்லவை செய்வான் அரசன்; இவர் மூவர்
> பெய் எனப் பெய்யும் மழை'   (திரிகடுகம் 96)

என்கிறார்.

இதன் பொருள்: கணவனின் குறிப்பு அறிந்து நடந்துக்கொள்ளும் மனைவியும் மேற்கொண்ட தவத்தை முறைப்படி செய்யும் தவசியும் கொடுமைகளை நீக்கி நல்லனவற்றைச் செய்யும் அரசனும் பெய்யென்று சொன்னால் மழை பெய்யும் என்பதாகும். சிலர் இந்தப் பாடலையும் திரித்து 'இம்மூவரும் பெய்யென்றால் பெய்யும் மழையைப் போன்றவர்கள்' என்று திருக்குறளின் மூன்றாம் வகை விளக்கத்திற்குப் பொருந்துமாறு திரிகடுகத்தை விளக்குகிறார்கள்.

மு.கருணாநிதியின் விளக்கப்படி மனைவி கணவனுக்கு 'பெய்யென்று ஆணையிட்டால் பெய்யும் மழையைப்போன்ற அடிமை' என்றால், அரசனும் துறவியும் யாருக்கு அடிமைகள்? இவர்கள் யாருக்கு மழை போன்றவர்கள்? என்ற கேள்வி இங்கு எழுகின்றது. இங்கு அந்த விளக்கம் பொருந்தவில்லை.

மேலும் சிலப்பதிகாரத்தில்,

> 'வானம் பொய்யாது வளம்பிழைப் பறியாது
> நீணில வேந்தர் கொற்றம் சிதையாது
> பத்தினிப் பெண்டிர் இருந்தநா டென்னும்
> அத்தகு நல்லுரை அறியா யோநீ'   (அடைக்கலக் காதை)

என்ற பாடல் உள்ளது.

பாடலின் பொருள்: கற்புடைய பெண்கள் வாழும் நாட்டில் வானம் மழை பெய்யாமல் பொய்த்துப் போகாது, வளமும் பிழை செய்யாது, நீண்ட நிலத்தை ஆளும் மன்னரின் ஆட்சியும் சிதையாது என்ற நல்லுரையை அறியவில்லையா நீ?

இந்தப் பாடல் அக்காலத்தில் 'கற்புடைப் பெண்களால் மழையைப் பொழிய வைக்க முடியும்' என்று நிலவிய நம்பிக்கையைக் காட்டுகின்றது. இங்கும் மு.கருணாநிதி அவர்களின் உரை சிறிதும் பொருந்தவில்லை.

மணிமேகலை நூலில் உள்ள சிறைசெய்காதை என்ற பகுதியில், வள்ளுவரின் குறளும் அது பின்வந்த காலத்தில் எந்தப் பொருளில் எடுத்தாளப்பட்டது என்பதும் மிகத் தெளிவாகப் பதிவு செய்யப்பட்டுள்ளன. அந்த வரிகளில் சில உங்களுக்காக:

'மண்திணி ஞாலத்து மழைவளம் தரூஉம்
பெண்டிர் ஆயின் பிறர்நெஞ்சு புகாஅர்' *(சிறைசெய்காதை)*

பொருள்: மண் செறிந்த நிலவுலகத்தில் நினைத்தபோது மழையினைப் பெய்விக்கும் கற்புடை மகளிர் பிறர் மனதில் புகமாட்டார்கள்.

'தெய்வம் தொழாஅள் கொழுநன் தொழுதுஎழுவாள்
பெய்எனப் பெய்யும் பெருமழை என்றஅப்
பொய்யில் புலவன் பொருள்உரை தேறாய்'

(சிறைசெய்காதை)

பொருள்: *'தெய்வம் தொழாஅள் கொழுநன் தொழுதுஎழுவாள் பெய்எனப் பெய்யும் பெருமழை' என்று சொன்ன பொய்யில் புலவனின் உரையை நீ தெளியவில்லை.*

'மடவரல் ஏவ மழையும் பெய்யாது
நிறையுடைப் பெண்டிர் தம்மே போலப்
பிறர்நெஞ்சு சுடூஉம் பெற்றியு மில்லை
ஆங்கவை யொழிகுவை யாயி னாயிழை
ஓங்கிரு வானத்து மழையுநின் மொழியது'

(சிறைசெய்காதை)

பொருள்: *பேதைப்பெண் ஏவினால் மழை பெய்யாது. கற்புடைய பெண்டிரைப் போல பிறருடைய உள்ளத்தைச் சுடுகின்ற தன்மையும் இருக்காது. முன்புகூறிய உனது செயல்களைத் திருத்திக் கொண்டால், பெண்ணே உயர்ந்த வானத்து மழையும் உன் சொல் கேட்கும்.*

'மாநக ருள்ளீர் மழைதரு மிவளென
நாவுடைப் பாவை நங்கையை யெடுத்தலும்'

(சிறைசெய்காதை)

பொருள்: *நாவுடைய அப்பாவை மாநகரிலுள்ள மக்கள் 'இவள் மழையைத்தரும் கற்புடையாள்' என்று விசாகையை உயர்த்திக் கூறினார்கள்.*

இவற்றையெல்லாம் பார்க்கும்பொழுது கற்புடைய பெண் சொன்னால் மழை பொழியும் என்ற நம்பிக்கை திருவள்ளுவர் காலத்தின் முன்னும் அதனை ஒட்டியும் பின்னும் வந்த வந்த கலித்தொகை, திரிகடுகம், சிலப்பதிகாரம், மணிமேகலை ஆகிய நூல்களில் எடுத்தாளப்பட்டுள்ளது தெளிவாகும். எனவே அது திருவள்ளுவரின் தனிப்பட்ட நம்பிக்கை அல்ல,

இளங்கோவின் தனிப்பட்ட நம்பிக்கையும் அல்ல, இருவர் காலத்திலும் அதற்கு முன்னும் பின்பும் சமூகத்தில் காணப்பட்ட ஒரு பொதுவான நம்பிக்கையே அது என்பது தெளிவாகும்.

தொல்காப்பியர் காலத்தில் 'கற்பு' என்ற சொல்லுக்கு இல்லாமல் இருந்த ஒரு புதிய வரையறை திருவள்ளுவர் காலத்தில் எப்படி உருவானது? அந்தக் கற்புக்கு மழையைப் பெய்ய வைக்கும் ஆற்றல் இருந்தது என்ற நம்பிக்கை எப்படி வந்தது? என்று நாம் தேடும்போது, இவற்றின் வரலாறும் கண்ணகி கதையில்தான் உள்ளது! அதைப் புரிந்துகொள்ள சிலப்பதிகாரத்தில் உள்ள வானியலை நாம் உற்றுநோக்க வேண்டும்.

5.3. கண்ணகியும் வானியலும்:

பாண்டிய மன்னனிடம் நீதிகேட்கச் சென்ற கண்ணகி, தன் கணவனின் மரணத்திற்காக பாண்டியனின் உயிரைப் பலிவாங்கியதோடு சிலப்பதிகாரக் கதை நின்று இருந்தால், கண்ணகி ஒரு புரட்சிப் பெண்ணாக மட்டுமே இருந்திருப்பார். ஆனால் அவர் அதன் பின்னர் பாண்டியனின் தலை நகர் மதுரையை எரித்ததுதான் அவரைக் கடவுளாக்கியது. கண்ணகி மதுரையை எரித்தது கற்பனையா? வரலாறா? அது எப்படி நிகழ்ந்தது? இந்தக் கேள்விகளின் பதில் வரலாற்றில் அல்ல வானியலில் உள்ளது!

தமிழகத்தில் 'சோதிடம்' என்று பட்டம் கட்டி அழிக்கப்பட்ட கலை வானியல் ஆகும். சோதிடத்தை இகழச் சொன்ன பாரதியார், வானியலை கற்கச் சொன்னார். ஆனால் இன்றைய தமிழகத்தில் இரண்டும் வெவ்வேறு என்ற புரிதல் கூட இல்லாத அளவுக்கு வானியல் அடிச்சுவடு வரை அழிக்கப்பட்டு உள்ளது. தமிழகத்தில் உள்ள இதே வானியல் அடிப்படைகள்தான் கிரேக்கத்திலும் இருந்தன என்றாலும், கிரேக்க வானியலை அறிவியலாகவும் தமிழக வானியலை மூட நம்பிக்கையாகவும் கூறும் அறிஞர்களே தமிழகம் முழுக்க நிறைந்துள்ளார்கள். தமிழகத்தில் தமிழர்களின் வானியல் அழிக்கப்பட்டதால் பெரிதும் பாதிக்கப்பட்டுள்ள துறை வரலாறு ஆகும் (வானியல் ஆய்வுகள் வரலாற்று ஆய்வுகளுக்கு எப்படி உதவும் என்பதை ஆதித்த கரிகாலன் கொலை நூலில் விளக்கி உள்ளேன்).

வானியல் இல்லாமல் தமிழக வரலாறும் இல்லை, உலக வரலாறும் இல்லை. ஏனெனில் உலக வரலாற்றில் பல திருப்புமுனை சம்பவங்களை வானியல் நிகழ்த்தியுள்ளது. திடீர் வானியல் சம்பவங்கள் பல போர்களின் முடிவுகளை மாற்றியுள்ளன, பல பேரரசுகளின் தலையெழுத்துகளைத் திருத்தியுள்ளன. எடுத்துக்காட்டாக சில நிகழ்வுகளைப் பார்ப்போம்:

1. கிரகணம்:

கி.மு.6ஆம் நூற்றாண்டில் இன்றைய துருக்கியான பண்டைய அனதோலியாவில் மேத்தியர்களுக்கும் லைடியர்களுக்கும் நடுவில் ஆறு ஆண்டுகளாகப் போர் நடந்து வந்தது. ஒருநாள் அந்தப் போரின்போது சூரிய கிரகணம் ஏற்பட்டது (வரலாற்றாசிரியர் ஹெரோடோடசின் மொழியில் சொல்வதானால் 'பகல் இரவாக மாறியது'). இதனால் இரண்டு தரப்பும் அச்சத்திற்கு ஆளாகி, அமைதிப் பேச்சு நடத்தி போரை முடிவுக்குக் கொண்டுவந்தனர். இந்தப் போர் 'கிரகணப்போர்' என்று வரலாற்றில் பதிவு செய்யப்பட்டுள்ளது. இத்தனைக்கும் லைடியர்கள் ஒன்றும் நாகரிகம் அறியாத சிற்றரசர்கள் அல்ல. உலகுக்கு நாணயங்கள் என்ற ஒன்றை கி.மு.7ஆம் நூற்றாண்டில் அறிமுகப்படுத்தியவர்களே அவர்கள்தான் (இது குறித்துப் பணத்தின் பயணம் நூலில் விளக்கியுள்ளேன்). ஆனால் கி.மு.6ஆம் நூற்றாண்டில் அவர்களால் கிரகணத்தைக் கணிக்க இயலவில்லை!. கிரேக்க வரலாற்றில் மட்டுமே இப்படி கிரகணங்களால் முடிவுக்கு வந்த போர்களும், ஏற்பட்ட உடன்படிக்கைகளும் நிறைய உள்ளன.

2. இரத்த நிலவு!

சந்திரனுக்கும் சூரியனுக்கும் இடையில் பூமி வரும்போது சந்திரனுக்குப் போகும் சூரியனின் ஒளியை பூமி மறைப்பதால் பூமியின் நிழல் சந்திரனில் விழுந்து சந்திர கிரகணம் ஏற்படுகிறது என்பது பள்ளியில் அறிவியல் படித்த அனைவரும் அறிந்ததுதான். ஆனால் சந்திர கிரகணத்தின் ஒரு வகையான இரத்த நிலவு நமக்குச் சற்று புதிதானது.

ஒரு சந்திர கிரகணத்தின்போது சரியாக சூரிய ஒளிக்கு நடுவில் பூமி நிற்கிறது என்றால், சந்திரனுக்கு சூரியனிடமிருந்து நேரிடையாக எந்த ஒளியும் செல்லாது. அதற்கு மாறாக

பூமியின் வளிமண்டலத்திற்குள் புகுந்து சூரிய ஒளி நிலவை மறைமுகமாகச் சென்றடையும். அப்போது வளிமண்டலம் நீல ஒளியை ஒளிச்சிதறல் செய்து சிவப்பு ஒளியை மட்டும் நிலவுக்கு ஒளிவிலகல் மூலம் அனுப்பும். இதனால் நிலவு சிவப்பு நிறமாக மாறும். இந்த நிகழ்வுதான் இரத்த நிலவு *(blood moon)* என்று அழைக்கப்படுகிறது.

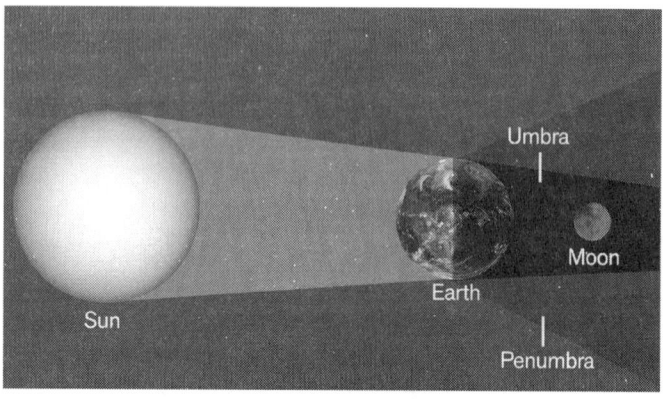

படம்: ரத்த நிலவு அறிவியல் விளக்கம்.

கிரேக்கத்தின் ஏதென்ஸ் நாட்டு வீரர்கள் கி.மு.415ஆம் ஆண்டில் சிசிலி நாட்டிற்கு கப்பற்படையுடன் வந்து சிராகுசன்களுடன் சண்டையிட்டனர். இரண்டு ஆண்டுகாலப் போருக்குப் பிறகு கி.மு.413ஆம் ஆண்டு ஆகஸ்டு மாதத்தில் ஏதென்ஸ் வீரர்கள் இன்னொரு தாக்குதலுக்குத் தயாராக இருந்தபோது ஒரு சந்திர கிரகணம் ஏற்பட்டது, அப்போது நிலவு இரத்தச் சிவப்பாக மாறியது!.

நிலவின் நிறம் மாறுவதை ஒரு சிறிய வானியல் நிகழ்வாகவே இன்றைய வானியல் ஆய்வாளர்கள் பார்க்கிறார்கள். ஆனால், அப்போதைய கிரேக்க மக்களுக்கு இது ஒரு சாதாரண வானியல் நிகழ்வு என்று தெரியாது. கிரேக்க வரலாற்று ஆசிரியர் புளூடார்ச் இந்த நிகழ்வை 'அப்போது நிலவு தானாகக் கருமையடைந்தது. அது எப்படி நிகழ்ந்தது? திடீரென ஒரு முழு நிலவு தனது ஒளியை எப்படி இழந்து வேறு வண்ணத்தைக் காட்டியது? என்பதையெல்லாம் புரிந்துகொள்வது எளிதல்ல' என்று எழுதினார்.

இதனால் ஏதென்ஸ் படையின் தளபதியான நிசியாஸ் பயந்துபோய் அடுத்து என்ன செய்வது என்று மதத் தலைவர்களுடன் ஆலோசித்தார். அவர்களோ சந்திரனின் நிறமாற்றத்தை ஏதோ ஒரு பேரழிவின் அறிகுறி என்று கருதினார்கள். அதனால் 27 நாட்களுக்கு ஏதென்ஸ் வீரர்கள் போருக்குச் செல்லக் கூடாது என்றார்கள். எனவே அந்தப் பெரும்படை ஏதும் செய்யாமல் துறைமுகத்திலேயே நின்றது. இந்த வாய்ப்பைப் பயன்படுத்திக் கொண்ட சிராகுசன்கள் தங்கள் கூட்டணிகளை ஏற்படுத்திக் கொண்டு, முழு பலத்தோடு வந்து கி.மு.413 செப்டம்பரில் ஏதென்ஸ் கப்பல்களைத் தாக்கி, மிக மோசமான தோல்வியை அவர்களுக்குத் தந்தனர்.

3. மூன்று சூரியன்கள்!:

போலிச் சூரியன் அல்லது சூரிய நாய் (sundog) என்பது ஒரு வானியல் நிகழ்வு ஆகும். வளிமண்டலத்தில் உள்ள பனிப் படிகங்களில் சூரிய ஒளிபட்டு சூரியனின் இரண்டுபக்கமும் இன்னும் இரண்டு சூரியன்கள் தெரிவது என்று இதனை எளிமைப்படுத்தலாம். சூரியன் உயரே இருக்கும்போது இந்த நிகழ்வு நமக்கு தனித்துத் தெரியாது. ஆனால், அடிவானத்தில் சூரியன் மறையும் நேரத்தில் 3 சூரியன்களை நாம் பார்க்கலாம். இந்த நிகழ்வு இங்கிலாந்தில் ஆட்சி மாற்றத்தைக் கொண்டுவந்தது என்பதை உங்களால் நம்ப முடிகிறதா?

படம்: மூன்று சூரியன்கள்!

இங்கிலாந்து அரசர் 5ஆம் ஹென்றியின் ஒரே மகன் இங்கிலாந்து அரசர் 6ஆம் ஹென்றி ஆவார். இவர் திறமையற்ற ஆட்சியாளராகவும் மனநிலை பாதிக்கப்பட்டவராகவும் இருந்ததனால் இங்கிலாந்தில் வாரிசுரிமைப் போர் ஏற்பட்டது. இது 'ரோஜாக்களின் போர் *(Wars of the Roses,* கி.பி.*14551487)*' என்று அழைக்கப்படுகிறது.

இந்த நீண்ட வாரிசுரிமைப் போரின் ஒரு அங்கமாக கி.பி.1461ஆம் ஆண்டு பிப்ரவரியில் இங்கிலாந்தின் ஹியர்போர்ட்ஷையர் *(Herefordshire)* பகுதியில் மோர்டிமர்ஸ் கிராஸ் போர் நடந்தது. இப்போரில் யார்க் பகுதியின் மூன்றாவது பிரபுவான ரிச்சர்ட்டின் மூன்று மகன்களில் ஒருவரான நான்காம் எட்வர்டு யார்க் படைகளுக்குத் தலைமை தாங்கினார்.

இந்தப் போரின்போது வானத்தில் திடீரென மூன்று சூரியன்கள் தோன்றின. நான்காம் எட்வர்டு அந்த மூன்று சூரியன்கள் யார்க் பகுதி பிரபுவின் மூன்று மகன்களைக் குறிக்கின்றன என்றார். இது அவரது படைகளுக்குப் பெரும் ஊக்கத்தையும் எதிரிப் படைகளுக்குப் பெரும் அச்சத்தையும் கொடுத்தது. இதனால் அவரது படைகள் ஊக்கமாகப் போராடி வெற்றி பெற்றன. இங்கிலாந்து அரசர் ஆறாம் ஹென்றியை பதவி நீக்கம் செய்து நான்காம் எட்வர்டு தன்னை அரசராக அறிவிக்க இந்தப் போரும், சூரியன் அவர்களின் பக்கம் உள்ளது என்ற கருத்தும் துணை செய்தன. இந்தச் செய்தியை 'கிங் ஹென்றி' நாடகத்தில் சேக்ஸ்பியர்கூட பதிவு செய்துள்ளார்.

இப்படி மாறுபட்ட பல வானியல் நிகழ்வுகள் பல்வேறு நாடுகளின் வரலாற்றிலும் மாபெரும் மாற்றங்களை ஏற்படுத்தியுள்ளன. இந்த நிகழ்வுகளைப் படிக்கும் பிற்கால மக்கள் இவற்றைச் சாத்தியமற்றவை என்றோ, பொய் என்றோ ஒதுக்காமல் வானியலின்படி விளக்கி உள்ளனர் என்பதை இங்கு கவனிக்க வேண்டும்.

'பகல் இரவாக மாறியது' என்று ஹெரோடோடஸ் சொன்னதையும், 'மூன்று சூரியன்கள் வந்தன' என சேக்ஸ்பியர் சொன்னதையும் வானியலின்படி விளக்கியதுதான் வானியல் அறிவு. அதே அறிவை யாரும் மதுரை எரிக்கப்பட்ட நிகழ்வுக்குப் பயன்படுத்துவது இல்லை. **'அந்தப்படி திருகிப் பிடுங்கின மார்பு வீசி எறிந்தால் அது நெருப்புப் பற்றிக் கொள்ளுமா?**

அதில் பாஸ்பரஸ் இருக்குமா?' என்று கேட்பதற்கு எந்த அறிவும் தேவைப்படுவது இல்லை, அதற்கு வன்மமும் வரலாற்று அறிவின்மையும் மட்டுமே போதுமானவையாக உள்ளன.

கண்ணகி பாண்டிய அரசனின் அவையில் வாதிட்டு வென்ற பின்னர் மதுரை எரிந்தது உண்மைதான். ஆனால் அதற்குக் கண்ணகி மட்டும் காரணம் அல்ல, வானியலும் காரணம்! இதைப் புரிந்து கொள்ள சிலப்பதிகாரத்தில் உள்ள நிமித்தக் கனவுகளை நாம் ஊன்றிப் படிக்க வேண்டும்.

5.4. நிமித்தமும் கனவுகளும்:

நிமித்தம் என்ற சொல்லுக்குப் பல பொருட்கள் உண்டு. அவற்றில்

(1) காரணம் (2) நிமித்தம் (3) சகுனம் (4) அடையாளம் (5) பொருட்டு என ஐந்து பொருள்களை தமிழ்ப் பேரகராதி கூறுகின்றது. அவற்றில் நாம் இங்கு 'அடுத்து நடக்க உள்ளதை முன்கூட்டியே குறிப்பால் அறிவித்தல்' என்ற நேரிடையான பொருளில்தான் நிமித்தம் என்ற சொல்லைப் பயன்படுத்த உள்ளோம்.

ஒரு பெரிய நன்மையோ தீமையோ நிகழும் முன்பு, அத்தோடு தொடர்புடைய யாராவது ஒருவருக்கு இப்படி ஒன்று நிகழப் போகின்றது என்பது குறியீட்டு அளவில் முன்னரே உணர்த்தப்படுவதே நிமித்தம் ஆகும். ஆனால் நிமித்தங்களும் ஆருடம் போல நேரிடையாக இல்லாமல், பட்டும் படாமல், சரியான வரிசையில் இல்லாமல் சிறிது குழப்பத்தை ஏற்படுத்துவதாக இருக்கும்.

நிமித்தம் குறித்த நம்பிக்கைகள் எகிப்திய நாகரிகம், மெசபடோமிய நாகரிகம் உள்ளிட்ட பல்வேறு நாகரிகங்களில் காணப்படுகின்றன.

தமிழர்களுக்குத் தொல்காப்பியத்தின் காலத்தில் இருந்தே நிமித்தங்கள் மீது நம்பிக்கை உண்டு. பவுத்த, சமண சமயங்கள் தொல்காப்பியத்தின் ஐம்பூதக் கொள்கை, ஆறு அறிவுக் கொள்கை ஆகியவற்றில் மாறுபட்டாலும் அவையும் நிமித்தங்களை நம்பின.

தமிழகத்தில் அரசவைகளில் நிமித்தங்களின் பொருளைக் கூற என்றே நிமித்திகர் என ஒருவர் இருந்ததாக அறிகிறோம்.

வடக்கில் நிமித்தமானது சகுனம் என அழைக்கப்பட்டது, நிமித்திகர் சகுனி என அழைக்கப்பட்டார்.

தமிழ் இலக்கியங்களில் நிமித்தமானது 'புள்' அல்லது 'உன்னம்' ஆகிய பிற சொற்களாலும் குறிக்கப்படுகிறது. இவை ஆகுபெயராகும். தமிழகத்தில் நிமித்தங்களின் அறிவிப்பாளர்களாக உன்னம் என்ற மரமும் காரிக் குருவி உள்ளிட்ட சில வகைப் பறவைகளும் கருதப்பட்டதே இதன் காரணம் ஆகும்.

'தார்மிகு மைந்தின் நார்முடிச் சேரல்
புன்கால் உன்னம் சாய' *(பதிற்றுப்பத்து)*

'பொன்னின் அன்ன பூவின் சிறியிலைப்
புன்கால் உன்னத்துப் பகைவன் எங்கோ' *(பதிற்றுப்பத்து)*

என்ற வரிகளில் உன்ன மரம் சாய்ந்தால் அது தீய சகுனம் என்ற செய்தி உள்ளது.

'வெட்சி மலைய விரவார் மணிநிரைக்
கட்சியுள் காரி கலுழ்ம்' *(புறப்பொருள் வெண்பா மாலை)*

என்ற வரிகளில் காரி என்ற பறவை கத்தினால் தீய சகுனம் (அது பகைவரின் இடத்தில் கத்தியதால் அவர்களுக்குத் தீமை) என்ற செய்தி உள்ளது.

இதே புள் நிமித்தத்தைச் சிலப்பதிகாரத்தில் இளங்கோவடிகளும் பயன்படுத்தியுள்ளார். பகைவருடைய ஆநிரைகளைக் கவர்ந்துவர ஒருவன் வெட்சி மலர் சூடிப் புறப்படுகிறான். கொற்றவையின் ஆசியும் அவனுக்குக் கிடைத்தது. அப்போது பகைவரின் ஊரில் உள்ள காரிப் பறவைகள் கத்தின என்ற பொருளில்

'உட்குடைச் சீறூர் ஒருமகன் ஆனிரை
கொள்ள உற்ற காலை
வெட்சி மலர் புனைய வெள்வாள்
உழத்தியும் வேண்டும் போலும்
வெட்சி மலர் புனைய வெள்வாள்
உழத்தியும் வேண்டின் வேற்றூர்க்
கட்சியுள் காரி கடிய
குரலிசைத்துக் காட்டும் போலும்' *(வேட்டுவ வரி)*

என்ற வரிகளை இளங்கோவடிகள் எழுதியுள்ளார்.

நிமித்தங்களுக்கான மரங்களும் பறவைகளும் காலப்போக்கில் மாறியுள்ளன. புதிய நிமித்தங்கள் காலப்போக்கில் தோன்றியுள்ளன.

நிமித்தங்களாக எவை மாறுகின்றன என்று பார்த்தால், ஒருமுறை தீமையை முன்னரே அறிவித்த செயல் மீண்டும் நடந்தால் அது தீய நிமித்தமாகவும், ஒருமுறை நன்மையை அறிவித்த செயல் மீண்டும் நடந்தால் அது நல்ல நிமித்தமாகவும் கொள்ளப்படுகின்றது.

இதனை நிகழ்கால எடுத்துக்காட்டுடன் விளக்குவது என்றால், ஒரு அமெரிக்கருக்கு இரட்டை கோபுரங்கள் வெடித்தது கனவாக வருகிறது என்றால் அவர் அந்தக் கனவை ஏதோ ஒரு தீமையை உணர்த்தும் மறைமுகமான நிமித்தமாகக் கருதுவார். அதன் காரணம் அவர் இரட்டை கோபுர வெடிப்பைக் குறித்து முன்பே அறிந்திருந்ததும், அதனால் அச்சமடைந்திருந்ததும் ஆகும். இப்படித்தான் மிக மோசமான நிகழ்வுகள் காலப்போக்கில் நிமித்தங்களாக மாறுகின்றன.

சில நிமித்தங்களை அறிவியலால் விளக்க இயலும். இதன் எடுத்துக்காட்டாக ஒற்றைக் காகம் கரைந்தால் விருந்தினர்கள் வருவார்கள் என்ற நிமித்தத்தைக் கூறலாம். காகங்கள் பொதுவாகக் கூட்டமாக வாழக் கூடியவை, பகிர்ந்து உண்ணும் பழக்கம் கொண்டவை. சங்ககாலத்தில் கப்பல் மூலமாக வணிகம் செய்பவர்கள் கரை அருகில் வந்துவிட்டதா என்பதை வானில் பறவைகள் உள்ளனவா என்பதை வைத்தே தெரிந்துகொண்டார்கள். பறவைகளை வானில் பார்த்தபின்பு, மாலுமிகள் தங்களிடம் உள்ள பறவையை வானில் பறக்கவிடுவார்கள். அதுவும் கரைக்குப்போய் இளைப்பாறிவிட்டுத் திரும்பிவரும். இதற்காகப் பல மாலுமிகள் காக்கைகளை வளர்த்தார்கள். சங்ககாலத்தில் ஒரு காக்கை மட்டும் துறைமுகத்தில் தனித்து நின்று கரைந்தது என்றால், அந்தக் காக்கையை வெள்ளோட்டம் பார்க்க அனுப்பிய கப்பல் பின்னே வருகின்றது என்று அறியலாம். இப்படித்தான் காகம் விருந்தினரை அறிவிக்கும் நிமித்தமானது. பின்னர் தமிழகத்தில் கடல் வாணிகம் பெருமளவில் அழிந்தபோது இந்த அறிவு ஒரு நிமித்தமாக மட்டுமே நின்றுவிட்டது. இப்படி நிமித்தங்கள் குறித்து நிறைய கூறலாம்.

இளங்கோவடிகளுக்கு நிமித்தங்கள் மீது நம்பிக்கை இருந்தது என்பதை, இந்திர விழவு ஊரெடுத்த காதையில் விழா நாளன்று கண்ணகிக்கு இடக்கண்ணும் மாதவிக்கு வலக்கண்ணும் துடித்தன என்பதாக

'கண்ணகி கருங்கணும் மாதவி செங்கணும்
உண்ணிறை கரந்தகத்து ஒளித்துநீர் உகுத்தன
எண்ணுமுறை இடத்தினும் வலத்தினும் துடித்தன
விண்ணவர் கோமான் விழவுநாள் அகத்தென்'

என்று அவர் எழுதிய வரிகளில் இருந்தும், முன்பே குறிப்பிட்ட சிலப்பதிகார நிமித்தங்களில் இருந்தும் நாம் அறியலாம்.

பெண்களுக்கு இடது கண் துடித்தால் நன்மை, வலது கண் துடித்தால் தீமை என்பது நிமித்தம் ஆகும் (ஆண்களுக்கு இது தலைகீழாகப் பொருந்தும்). இந்திர விழாவின் பின்னர் கோவலன் மீண்டு வரப் போவதால் கண்ணகிக்கு இடது கண்ணும், கோவலன் பிரிய உள்ளதால் மாதவிக்கு வலக் கண்ணும் முன்பே துடித்தன என்பது மேற்கண்ட வரிகளின் பொருளாகும்.

கம்பராமாயணத்தில் சுக்ரீவனும் இராமனும் ஒப்பந்தம் செய்து கொண்டபோது சீதைக்கு இடது கண் துடித்தது என்று கம்பர் எழுதியுள்ளது இதன் தொடர்ச்சியாகும். பாடலாசிரியர் வாலி குமரிக் கோட்டம் திரைப்படத்தில் வந்த 'நாம் ஒருவரை ஒருவர் சந்திப்போமென' என்ற பாடலில்

'என் இடது கண்ணும் துடித்தது
உனைக் கண்டேன் இந்நாள் பொன்னாள்'

என்று இதே நிமித்தத்தைப் பயன்படுத்தி இருப்பார். இப்படியாக நிமித்தங்கள் காலப்போக்கில் அழகியலாகிவிட்டன.

இளங்கோவடிகள் நிமித்தங்கள் குறித்து இன்னும் நுட்பமான தகவல்களையும் தந்துள்ளார். எடுத்துக்காட்டாக நிமித்தங்கள் ஒவ்வொரு குடிக்கும் மாறுபடும் என்றும், ஒரு குடியின் நிமித்தங்களை பிற குடியினர் அறிய வாய்ப்பில்லை என்றும் இளங்கோவடிகள் எழுதியுள்ளார்.

சிலப்பதிகாரத்தில், மாதரியின் வீட்டில் கோவலனும் கண்ணகியும் அடைக்கலமாகி இருந்தபோது, கண்ணகியின் சிலம்பைப் பெற்ற கோவலன், அதை விற்க மாதரியின் வீட்டில் இருந்து வெளியே வருகிறான். அப்போது காளை மாடு ஒன்று அவனை முட்ட முயல்கிறது. இது ஒரு தீய நிமித்தம்

ஆகும். ஆனால் கோவலன் அது தீய நிமித்தம் என அறிந்த ஆயர் குலத்தவனாக இல்லை, அதனால் அவன் சகுனம் அறிந்து எடுத்த வேலையை நிறுத்தாமல் கடைத் தெருவுக்குச் செல்கிறான் என்பதை இளங்கோவடிகள்

'பல்லான் கோவலர் இல்லம் நீங்கி
வல்லா நடையின் மறுகில் செல்வோன்
இமில்ஏறு எதிர்ந்தது இழுக்கென அறியான்
தன்குலம் அறியும் தகுதியன் றாதலின்'

(கொலைக்களக் காதை)

என எழுதுகிறார்.

கோவலனுக்குத் தெரியாத நிமித்தம் ஏன் கோவலனுக்கு நடந்தது? என்ற கேள்வி இங்கு வரலாம். அது கோவலனுக்கு மட்டுமான நிமித்தம் அல்ல என்பதே அதன் விடை. கோவலனுக்கும் கண்ணகிக்கும் அடைக்கலம் கொடுத்தவர் ஆயர் குலப் பெண்ணான மாதரி. இவர் கண்ணகிக்குப் பணிப் பெண்ணாகத் தன் மகளை இருக்கச் சொன்னவர். பின்னர் கண்ணகிக்கு நடந்த தீமைக்காக தன் உயிரை மாய்த்துக் கொண்டவர். இவரோடு இன்னும் பல ஆயர்களும் இப்படி இறந்தனர். ஆயர் குலத்துக்கு நடக்க இருந்த இந்தத் தீமையைத்தான் காளை மாடு ஆயர்கள் அறிந்த நிமித்தம் மூலம் முன்னறிவித்தது என்பதே சரியான புரிதலாக இருக்க முடியும். இப்படி சிலப்பதிகாரத்தில் நிறைய நிமித்தங்களை இளங்கோவடிகள் பயன்படுத்தியுள்ளார். அவற்றில் மிக முக்கியமாக நாம் கவனிக்க வேண்டியவை கனவு நிமித்தங்கள்.

5.5. கனவு நிமித்தங்கள்:

நிமித்தம் சில நேரங்களில் கனவாக வரும் அதுதான் 'கனவு நிமித்தம்'. அவற்றில் மறைமுகமான நிமித்தக் கனவு, நேரிடையான நிமித்தக் கனவு என இரண்டு வகைகள் உண்டு. மறைமுகமான நிமித்தக் கனவிற்கு சீவகசிந்தாமணியில் வரும் விசயையின் கனவு ஒரு நல்ல எடுத்துக்காட்டு ஆகும். சீவக சிந்தாமணியில் இடம்பெற்ற நிமித்தம் பற்றிய பாடல்:

'தொத்து அணி பிண்டி தொலைந்து அற வீழ்ந்தது எண்
முத்து அணி மாலை முடிக்கு இடன் ஆக
ஒத்து அதன் தாள் வழியே முளை ஓங்குபு
வைத்தது போல வளர்ந்ததை அன்றே'

(நாமகள் இலம்பகம், சச்சந்தன் வரலாறு)

இதில் விசயை தன் கனவில் 3 காட்சிகளைக் காண்கிறாள். அவை

- ஒரு வளர்ந்த அசோக மரம் தனது கொத்துகள் அனைத்தையும் இழந்து தானும் கீழே விழுகிறது.
- அந்த அசோகமரத்தின் வேரில் இருந்து அதே மரத்தைப் போன்ற இன்னொரு மரம் சிறிய முளையாகத் தோன்றுகிறது.
- புதிய மரம் முத்துமாலைகளைப் போன்ற எட்டு அழகிய மாலைகளைச் சூடி வளர்கிறது. இவை மறைமுகமான நிமித்தங்கள் ஆகும்.

இதில் அசோக மரம் அரசன் சச்சந்தனைக் குறிக்கின்றது. அசோக மரத்தின் வீழ்ச்சி அந்த அரசனின் மரணத்தைக் குறிக்கின்றது. அதன் கீழே வளரும் புதிய முளை அரசனின் மகனான சீவகனையும், அந்த முளை சூடி வளரும் 8 மாலைகள் அவனது எட்டுத் திருமணங்களையும் குறிக்கின்றன.

இதே போல சோழன் குளமுற்றத்துத் துஞ்சிய கிள்ளி வளவன் மீது பாடப்பட்ட புறநானூற்றின் 41ஆவது பாடலும் மறைமுக நிமித்தக் கனவைப் பற்றிக் கூறுகின்றது. அந்தப் பாடல்:

'காலனும் காலம் பார்க்கும்; பாராது,
வேல் ஈண்டு தானை விழுமியோர் தொலைய,
வேண்டு இடத்து அடூஉம் வெல் போர் வேந்தே!
திசை இரு நான்கும் உற்கம் உற்கவும்,
பெரு மரத்து, இலை இல் நெடுங் கோடு வற்றல் பற்றவும்,
வெங் கதிர்க் கனலி துற்றவும், பிறவும்,
அஞ்சுவரத் தகுந புள்ளுக் குரல் இயம்பவும்,
எயிறு நிலத்து வீழவும், எண்ணெய் ஆடவும்,
களிறு மேல் கொள்ளவும், காழகம் நீப்பவும்,
வெள்ளி நோன் படை கட்டிலொடு கவிழவும்,
கனவின் அரியன காணா, நனவில்
செருச் செய் முன்ப! நின் வரு திறன் நோக்கி,
மையல் கொண்ட ஏமம் இல் இருக்கையர்,
புதல்வர் பூங் கண் முத்தி, மனையோட்கு
எவ்வம் கரக்கும் பைதல் மாக்களொடு
பெருங் கலக்குற்றன்றால் தானே காற்றோடு
எரி நிகழ்ந்தன்ன செலவின்
செரு மிகு வளவ! நின் சினைஇயோர் நாடே'

இந்தப் பாடல் சோழனின் வீரத்தைக் காட்ட, அவனது எதிரிகளின் நிலையைக் கேலி செய்கிறது. இந்தப் பாடலின் வரிகள் 'சோழனின் பகைவர்கள், நிமித்தக் கனவு கண்டு பின்னால் தமக்கு வரவிருக்கும் துன்பங்களை அறிகிறார்கள். இதனால் இறந்துவிடுவோமோ என்ற அச்சம் ஏற்பட்டுத் தங்கள் குழந்தைகளுக்கு முன்கூட்டியே முத்தம் கொடுத்துக் கொஞ்சித் தீர்க்கிறார்கள். அத்தோடு எங்கே தங்கள் கனவை மனைவிகளிடம் சொன்னால் அவர்களும் அச்சப்படுவார்களோ என நினைத்து, சொல்லாமல் மறைக்கிறார்கள்' என்ற பொருளில் எழுதப்பட்டுள்ளன.

இதில் கூறப்படும் தீய நிமித்தக் காட்சிகள்: எட்டுத் திசைகளிலும் எரி கொள்ளிகள் வீழ்ந்தன. வற்றல் மரங்கள் பற்றி எரிகின்றன. ஞாயிறு பலவிடங்களிலும் தோன்றுகிறது. தீய பறவைகள் தீக்குரல் எழுப்புகின்றன. பற்கள் தரையில் கொட்டுகின்றன. தலை முடியில் எண்ணெய் வார்க்கப்படுகிறது. பன்றி மேல் ஊர்கின்றனர். ஆடை களையப்படுகின்றனர். படைக் கலங்கள் அவை வைக்கப்பட்டுள்ள கட்டில்களோடு கவிழ்ந்து கீழே விழுகின்றன என்பவை ஆகும்.

இப்பாடலின்,

'திசை இரு நான்கும் உற்கம் உற்கவும்,
பெரு மரத்து, இலை இல் நெடுங் கோடு வற்றல் பற்றவும்,
வெங் கதிர்க் கனலி துற்றவும்'

என்ற வரிகளில் எரிகல் (உற்கம் = விண்வீழ் கொள்ளி) விழுவதைப் போன்ற ஒரு சம்பவம் தீய நிமித்தமாகக் கூறப்பட்டுள்ளது. இப்படியாக போரினால் ஏற்பட உள்ள சீரழிவுக்கு வானியல் பேரழிவு ஒரு மறைமுகக் குறியீடாகப் பயன்படுத்தப்பட்டுள்ளது கவனிக்கத் தக்கது ஆகும்.

தமிழ் இலக்கியங்களில் இப்படி இன்னும் சில வானியல் நிகழ்வுகள் நிமித்தங்களாகப் பயன்பட்டு உள்ளன. சில எடுத்துக்காட்டுகள்:

சிலப்பதிகாரத்தில் உள்ள ஒரு நிமித்தத் தொகுதி,

'கரியவன் புகையினும் புகைக்கொடி தோன்றினும்
விரிகதிர் வெள்ளி தென்புலம் படரினும்'

(நாடு காண் காதை)

என்கிறது.

பொருள்: சனி என்னும் கரிய கோள் புகைந்து பகை வீடுகளில் சென்று மாறுபட்டிருப்பினும் (சனி ரிஷபம், சிங்கம், மீனம் ஆகிய வீடுகளோடு மாறுபடுதல். குறிப்பாக சிங்க ராசியில் புகுதல்), தோன்றக் கூடாத தூமகேது என்னும் ஒருவகை விண்மீன் தோன்றினும், கிழக்கே தோன்ற வேண்டிய வெள்ளி தெற்கே தோன்றினும் நாட்டிற்குக் கேடாம்.

இதே வானியல் நிமித்தங்களைப் புறநானூற்றின் 117ஆவது பாடலில் கபிலர்,

'மைம்மீன் புகையினும்தூமம் தோன்றினும்
தென் திசை மருங்கின் வெள்ளி ஓடினும்'

என அப்படியே பயன்படுத்துகிறார்.

மதுரை நக்கீரரும் புறநானூற்றின் 395ஆவது பாடலில்,

'அகன் ஞாலம் பெரிது வெம்பினும்
மிகவானுள் எரி தோன்றினும்
குளமீனொடும் தாள் புகையினும்'

என்று இதே வானியல் நிமித்தங்களைச் சற்று மாற்றிப் பயன்படுத்துகிறார்.

பாடலின் பொருள்: அகன்ற ஞாலம் நீரில்லாமல் வெப்பம் அதிகரித்து வாடினாலும், வானத்தே எரிமீன்கள் (எரி கற்கள்) மிகுதியாகத் தோன்றினாலும், குளமீனும் தாள் மீனும் ஆகிய விண்மீன்கள் புகைந்து தோன்றினாலும் நாட்டுக்குக் கேடு.

வெள்ளி தெற்கே செல்வது என்ற வானியல் நிமித்தம் மழை வராமல் போவதற்கான குறியீடு என்பதை மதுரை அளக்கர் ஞாழார் மள்ளனார் புறநானூற்றின் 338ஆவது பாடலில்

'வெள்ளி தென்புலத் துறைய விளைவயல்
பள்ளம் வாடிய பயனில் காலை'

என்று கூறுவதில் இருந்து அறியலாம்.

தமிழகத்தில் சங்க இலக்கியங்களின் காலத்தில் வால்மீனும் எரிகல்லும் மிகப் பெரும் தீய நிமித்தங்களாகக் கூறப்பட்டுள்ளன. மிகக் குறிப்பாக இவை அரசரின் உயிருக்கு வரும் ஆபத்துக்கான அறிகுறிகளாகக் கருதப்பட்டன என்பதை நாம் கூர்ந்து கவனிக்க வேண்டும்.

இதன் காரணம் முன்பு எப்போதோ வானில் ஒரு வால்மீன் தோன்றிய நாளிலும் எரிகல் தோன்றிய நாளிலும்

நாட்டுக்கும் அரசுக்கும் மாபெரும் தீமை நேர்ந்ததே ஆகும். அந்தத் தீமைதான் ஒரு வானியல் நிகழ்வை நிமித்தமாக மாற்றிவிட்டது.

5.6. நேரிடையான நிமித்தக் கனவு:

நிமித்தக் கனவுகளில் இரண்டாவது வகை நேரிடையான நிமித்தக் கனவு. 'என்ன நடக்க உள்ளதோ அதை அப்படியே காட்சியாகக் காட்டுவது' என இதனை விளக்கலாம். இதில் நடக்க உள்ள காட்சி அதே வரிசையிலோ, அல்லது வரிசை மாறியோ தோன்றும். இதைப் புரிந்துகொள்வது எளிதுதான் என்பதால் இதை விரித்து விளக்கத் தேவையில்லை என நம்புகிறேன்.

இதற்கும் சிலப்பதிகாரத்திலேயே எடுத்துக்காட்டுகள் உண்டு. சிலப்பதிகாரத்தில் புகாரில் இருந்தபோது கனா கண்ட கண்ணகி அதனைத் தேவந்தி என்னும் தன் பார்ப்பனத் தோழியிடம் பின்வருமாறு கூறுகிறாள்:

'கடுக்கும் என்நெஞ்சம் கனவினால் என்கை
பிடித்தனன் போயோர் பெரும்பதியுள் பட்டோம்
பட்ட பதியில் படாததொரு வார்த்தை
இட்டனர் ஊரார் இடுதேளிட்டு என்றன்மேல்
கோவலற் குற்றதோர் தீங்கென் றதுகேட்டுக்
காவலன் முன்னேயான் கட்டுரைத்தேன் காவலனோடு
ஊர்க்குற்ற தீங்குமொன் றுண்டால் உரையாடேன்
தீக்குற்றம் போலும் செறிதொடீஇ தீக்குற்றம்
உற்றேனோ டுற்ற உறுவனோடு யானுற்ற
நற்றிறம் கேட்கின் நகையாகும்'

பாடலின் பொருள்: நான் கண்ட கனவால் என் நெஞ்சம் ஏதோ அச்சமடைகிறது. என் கணவர் என் கையைப் பற்றி எங்கோ அழைத்துச் சென்றார். இறுதியில் ஒரு பெரிய நகரத்தை அடைந்தோம். அங்கே யாரோ எங்கள் மேல் பொய்க் குற்றம் சுமத்தித் தேள்போலக் கடிக்கும் பொய்யுரை ஒன்றைக் கூறினார். அதனால் என் கணவருக்குத் தீங்கு நேரிட்டது என்று பலர் சொல்லக் கேட்டேன். அதைப் பொறுக்க முடியாமல் அவ்வூர் அரசன் முன் சென்று வழக்குரைத்தேன். அப்போது அந்த அரசனுக்கும் ஊருக்கும் தீங்கு நேர்ந்தது. அந்தத் தீங்கு மிகவும் கொடியதாதலின் மேலும் அதைப் பற்றி உன்னிடம்

கூற மனம் வரவில்லை. பின்னர் யானும் என் கணவரும் உயர்ந்த நிலை அடைந்தோம். அதைக் கூறின் நகைப்பிற்கு இடமாகும்.

இது முழுவதும் நேரிடையான நிமித்தக் கனவு ஆகும்.

சில இடங்களில் மறைமுகமான நிமித்தக் கனவு, நேரிடையான நிமித்தக் கனவு ஆகிய இரண்டு வகைகளையும் இளங்கோவடிகள் கலந்து பயன்படுத்துகிறார். எடுத்துக்காட்டாக, கோவலன் மதுரை நகரைச் சுற்றிப் பார்த்துவிட்டுப் புறஞ்சேரியில் தங்கியிருந்தபோது, அங்கு வந்து பழகிய மாடலன் என்னும் மறையவனிடம் தான் கண்ட கனவைக் கூறுவதாக இளங்கோவடிகள் எழுதியுள்ளார். அந்தப் பாடல்,

'கோவலன் கூறுமோர் குறுமகன் தன்னால்
காவல் வேந்தன் கடிநகர் தன்னில்
காறைங் கூந்தல் நடுங்குதுயர் எய்தக்
கூறைகோட் பட்டுக் கோட்டுமா ஊரவும்
அணித்தகு புரிகுழல் ஆயிழை தன்னொடும்
பிணிப்பு அறுத்தோர்தம் பெற்றி எய்தவும்
மாமலர் வாளி வறுநிலத்து எறிந்து
காமக் கடவுள் கையற்று ஏங்க
அணிதிகழ் போதி அறவோன் தன்முன்
மணிமே கலையை மாதவி அளிப்பவும்
கனவு போல நள்ளிருள் யாமத்துக்
கனவு கண்டேன் கடிது ஈங்குறும்' *(அடைக்கலக்காதை)*

பாடலின் பொருள்: நான் ஒரு குறுமகனால், வேந்தன் ஆட்சி செய்யும் காவல் நகரில், கண்ணகி நடுக்கம் கொள்ளும் அளவுக்குத் துயரம் அடைய, கூறை கொள்ளப்பட்டுப் பன்றிமேல் ஊர்ந்ததாகவும் (உடை பிடுங்கப்பட்டு பன்றிமேல் ஏற்றப்பட்டதாகவும்), மற்றும் நான் கண்ணகியோடு துறவியர் பெற்றி எய்தியதாகவும், காமன் செயலற்று ஏங்க மணிமேகலையை மாதவி அறவோன்முன் அளித்ததாகவும் நனவுபோலக் கனவு கண்டேன் என்று கோவலன் விவரித்தான்.

இந்தக் கனவும், மதுரையில் கோவலனுக்கு நடக்க இருக்கும் கொடுமையையும், அதன்பின் அவனும் கண்ணகியும் மேலுலகம் செல்ல இருப்பதையும் மாதவியும் மகள் மணிமேகலையும் துறவு கொள்ளப் போவதையும் முன்கூட்டி அறிவிப்பதாகும்.

இந்தப் பாடலில் நேரிடையான நிமித்தங்கள் நிறைந்திருந்தாலும் நாம் அவற்றை முழுதும் நேரிடையான நிமித்தக் கனவுகள் என்றும் கூற இயலவில்லை. காரணம் இதில் உள்ள பல நிகழ்வுகள் அப்படியே நடந்தாலும் ‘பன்றி மேல் ஊர்தல்’ அப்படியே நடக்கவில்லை. அது ‘இழிவுபடுத்தி அரசனால் கொல்லப்படுவது’ என்ற நிலைக்கான மறைமுக நிமித்தம் மட்டுமே ஆகும். இதே நிமித்தம் புறநானூற்றின் 41ஆவது பாடலில் கூறப்பட்டுள்ளதை நாம் முன்னமே கண்டோம். கம்பராமாயணத்தில்கூட திரிசடையின் கனவில் அவளது பெரிய தந்தையாகிய இராவணன் தனது பத்துத்தலைகளிலும் எண்ணெய்த்தேய்த்துக் கொண்டு கழுதை பூட்டியத் தேரின் மீதேறி தென் திசை நோக்கிச் செல்வது போல் கண்ட நிகழ்ச்சிகள் தீய நிமித்தக் கனவாகக் கூறப்பட்டுள்ளன. இவற்றில் இருந்து இருவகை நிமித்தக் கனவுகளையும் இளங்கோவடிகள் கலந்து பயன்படுத்தியுள்ளது தெளிவாகின்றது.

நிமித்தத் கனவுகளின் வகைகளை இப்படி விரிவாக விவரிப்பதற்குக் காரணம் சிலப்பதிகாரத்தில் மறைந்துள்ள வானியலைக் குறிக்கும் இன்னொரு நிமித்தக் கனவு ஆகும்.

சிலப்பதிகாரத்தில் பாண்டியனின் மனைவியான பாண்டிமாதேவிக்கு மதுரையில் அடுத்து என்ன நடக்க உள்ளது என்பது முன்னரே கனவாக வருவதாக ஒரு காட்சி உள்ளது.

அதற்கான பாடல்:

‘குடையொடு கோல்வீழ நின்று நடுங்கும்
கடைமணி யின்குரல் காண்பென்காண் எல்லா
திசைஇரு நான்கும் அதிர்ந்திடும் அன்றிக்
கதிரை இருள்விழுங்கக் காண்பென்காண் எல்லா
விடுங்கொடி வில்லிர வெம்பகல் வீழும்
கடுங்கதிர் மீன்இவை காண்பென்காண்’ (வழக்குரை காதை)

பாடலின் பொருள்: தோழீ! கேள்... நம் மன்னரது வெண்கொற்றக் குடை செங்கோலுடன் கீழே விழுந்தது. அரண்மனை வாயிலில் கட்டப்பட்ட ஆராய்ச்சி மணியின் ஓசை இடைவிடாது ஒலித்தது. அப்போது எல்லாத் திசைகளும் அதிர்ந்தன. சூரியனை இருள் சூழக் கண்டேன். இரவு நேரத்தில் வானவில் தோன்றக் கண்டேன். பகல் பொழுதில் விண்மீன்கள் மிக்க ஒளியோடு பூமியில் விழக் கண்டேன்.

இதெல்லாம் என்ன? அதனால் நமக்கு வரக்கூடிய துன்பம் ஒன்றுண்டு. அதனை நம்மன்னவர்க்குச் சென்று கூறுவேன்.

இந்தப் பாடலில் இருந்து மதுரையில் பகலில் சூரியனே தெரியாத அளவுக்கு இருள் வரும் என்பதையும், பகலில் வானவில் தோன்றும் என்பதையும், ஒளியும் வெப்பமும் மிக்க சூரியனைப் போன்ற விண்மீன் தரையில் வந்து விழும் என்பதையும் பாண்டிமாதேவி முன்னரே நிமித்தம் மூலம் அறிந்தார் என்ற செய்தி நமக்குக் கிடைக்கின்றது.

இந்தப் பாடலில் உள்ள 'கடுங்கதிர்' என்பது பொதுவாக சூரியனைச் சுட்டப் பயன்படும் ஆகுபெயர் ஆகும்

'கடுங்கதிர் ஞாயிறு' (ஐங்குறுநூறு, 322)

என்ற வரியில் ஞாயிறு என்பதுதான் கடுங்கதிர் என்று குறிப்பிடப்பட்டுள்ளது.

'கடுங்கதிர் திருகிய வேய்பயில் பிறங்கல்' (அகநானூறு, 17)

என்ற வரியில் கடுங்கதிர் என்பது ஆகுபெயராக சூரியனைக் குறிக்கின்றது.

ஆனால் சிலப்பதிகாரத்தில் 'கடுங்கதிர் மீன்' என்று சூரியனைப் போன்ற வேறு மீன் ஒன்று குறிக்கப்பட்டு உள்ளது. இதில் இருந்து சூரியனைப் போன்ற வெப்பமும் ஒளியும் மிக்க ஒரு பொருள் பூமியில் விழுந்தது என்ற செய்தி நமக்குக் கிடைக்கின்றது. அதனை நாம் விண்கல் (அல்லது எரிகல்) எனப் புரிந்து கொள்ளலாம்.

இந்தப் பாடலில் கூறப்பட்டுள்ள, சம்பவங்களை அவை கூறப்பட்ட அதே வரிசையில் வைத்தால்

1. எல்லாத் திசைகளும் அதிர்தல்
2. பகலில் சூரியன் தெரியாமல் போகுதல்
3. இரவில் வானவில் தோன்றுதல்
4. வெப்பமும் ஒளியும் மிக்க மீன் தரையில் வந்து விழுதல் என்ற வரிசை கிடைக்கின்றது. இந்த நிகழ்வுகள் வானியலால் பூமியில் ஏற்படும் அரிய நிகழ்வுகள் ஆகும்.

இவை நிமித்தம் என்பதால் சரியான வரிசையில் இல்லை. இவற்றுக்கான சரியான வரிசை:

1. இரவில் வானவில் தோன்றியது
2. சூரியனைப் போன்ற விண்கல் பூமியில் வந்து விழுந்தது.
3. எல்லாத் திசைகளும் அதிர்ந்தன.
4. சூரியன் தெரியாமல் போனது என்பதாகும்.

இந்த வரிசையில் அமைந்த செய்திகள், எரியும் விண்கல் இரவு வானத்தில் வானவில் போல காணப்பட்டதையும், அது பூமியில் சூரியனைப் போன்று விழுந்ததையும், அதனால் பூமி அதிர்ந்ததையும், அப்போது எழுந்த புழுதியால் பகலிலேயே சூரியன் காணாமல் போவதையும் குறிக்கின்றன.

இப்படி அந்த நிமித்தங்களின் வரிசையை மாற்றலாமா? பாடலின்படி பகலுக்குப் பின்னர் இரவு என்பதுதானே சரியான வரிசை? என்பவர்கள், பாண்டிமாதேவி தனது கனவை அரசனிடம் உரைக்கும் பாடலான,

'செங்கோலும், வெண்குடையும்,
செறி நிலத்து மறிந்து வீழ்தரும்;
நம் கோன்-தன் கொற்ற வாயில்
மணி நடுங்க, நடுங்கும் உள்ளம்;
இரவு வில் இடும்; பகல் மீன் விழும்;
இரு-நான்கு திசையும் அதிர்ந்திடும்;
வருவது ஓர் துன்பம் உண்டு;
மன்னவற்கு யாம் உரைத்தும்'   (வழக்குரை காதை)

என்ற பாடலில், காலவரிசையை பாண்டிமாதேவி தானே சரி செய்து, இரவில் வில் இடும், பகலில் மீன் விழும், இருநான்கு திசையும் அதிர்ந்திடும் என்று கூறியுள்ளமையைக் கவனிக்க வேண்டும்.

அரசவைக்கு வந்த பாண்டிமாதேவி தான் கண்ட கனவை இப்படியாகப் பாண்டியனிடம் கூறிக் கொண்டிருந்தபோதுதான் கண்ணகி அரசவைக்குள் வந்தாள் என இளங்கோவடிகள் எழுதியுள்ளார். எனவே கண்ணகி தனக்கு இழைக்கப்பட்ட அநீதியை அரசவையில் நிரூபித்தபின்னர், மதுரை நகரை ஒரு விண்கல் தாக்கியது. அதனால் அங்கு பெரிய தீ விபத்து ஏற்பட்டது, அதையே இளங்கோவடிகள் நிமித்தமாகக் கூறியுள்ளார் என்று நாம் புரிந்து கொள்ளலாம்.

இங்கு நமக்கு ஒரு கேள்வி வருகின்றது. புறநானூற்றின் 41ஆவது பாடலில் இதே போன்ற ஒரு காட்சியை மறைமுகமான

நிமித்தமாகக் காட்டியிருப்பார்கள். இளங்கோவடிகள் மறைமுக நிமித்தத்தையும் பயன்படுத்தியுள்ளார். அப்படி இருக்க இதை ஏன் நேரிடையான நிமித்தமாகக் கொள்ள வேண்டும்? விண்கல் விழுந்தது ஏன் ஒரு மறைமுக நிமித்தக் கனவாக இருக்கக் கூடாது?

விண்கல் விழுந்ததை நாம் மறைமுக நிமித்தமாகக் கொள்ளாமல், நேரிடையான நிமித்தமாகக் கொள்ள மூன்று காரணங்கள் உள்ளன.

முதல் காரணம்: மதுரையில் நடந்த அந்தத் தீவிபத்தை ஒரு நெருப்பு வடிவான வானவனின் வருகையாகவே இளங்கோவடிகள் உருவகப்படுத்தியுள்ளார், அந்த வானவன் பிறரை எரிக்கும் முன்பு யாரை எரிக்க வேண்டும், யாரை எரிக்கக் கூடாது என்று கண்ணகியிடம் கேட்டதாக ஒரு கற்பனையை இளங்கோவடிகள் முன்வைத்து உள்ளார். அதற்கான வரிகள்:

'நீல நிறத்துத் திரிசெக்கர் வார்சடைப்
பால்புரை வெள்ளையிற்றுப் பார்ப்பனக் கோலத்து
மாலை எரியங்கி வானவன் தான்தோன்றி
மாபத்தினி நில்லை மாணப்பிழைத்தநாள்'

(வஞ்சின மாலை)

இதன் பொருள்: தான் பற்றிய பொருளை எரிக்கின்ற தன்மையுடைய வானவன், நீல நிறத்தினையும் சிவந்த நீண்ட முறுக்குண்ட சடையினையும் பால்போன்ற வெள்ளிப் பற்களையும் உடைய பார்ப்பனக் கோலத்தில் தோன்றினான்.

இங்கு அந்தக் கடவுளை 'வானவன்' என்று இளங்கோவடிகள் கூறக் காரணம் அது வானில் இருந்து வந்தது என்பதுதான்!. இது மதுரையை எரித்த நெருப்பு விண்கல்லால் ஏற்பட்டதுதான் என்பதைக் காட்டும்.

இரண்டாம் காரணம்: சிலப்பதிகாரத்தின் கட்டுரைக் காதையின்படி கோவலன் திருடன் எனப் பழி சுமத்திக் கொல்லப்பட்ட செய்தியை அறிந்த உடனேயே கண்ணகி உலகில் நடக்கும் அனைத்திற்கு சாட்சியாக உள்ள சூரியனிடம், 'என் கணவன் கள்வனா?' என்று கேட்கிறாள். அதற்கு

'உன் கணவன் கள்வன் அல்லன்' என்று பதில் சொல்லும் சூரியன் அத்தோடு **இவ்வூர் ஒள்எரி உண்ணும்** (இந்த ஊரை

ஒளியுள்ள நெருப்பு உண்ணும்) என்றும் கூறுவதாக கட்டுரைக் காதை குறிப்பிடுகின்றது. அதற்கான வரிகள்:

'ஆடித்திங்கள் பேரிருட் பக்கத்து
அழல்சேர் குட்டத்து அட்டமி ஞான்று
வெள்ளி வாரத்து ஒள்ளெரி உண்ண
உரைகல் மதுரையோடு அரைசு கேடுறும்'

இங்கு இந்த நிகழ்வு நடக்க உள்ள காலம் ஆடிமாதம் (ஆடித்திங்கள்) தேய்பிறையின் (இருள் பக்கத்தின்) எட்டாம் நாளும் (அட்டமியும்) கார்த்திகையின் (அழல்) குறையும் சேர்ந்த வெள்ளிக்கிழமையன்று (வெள்ளி வாரத்து) என்று குறிப்பிடப்படுகின்றது. இது பண்டைய காலமுறையில் உள்ள உள்ள நாட்குறிப்பு ஆகும் (சில பகுதிகளை மட்டுமே கொண்ட பண்டைய நாட்குறிப்புகள் சில நூற்றாண்டு இடைவெளியில் ஒன்றுக்கும் மேட்பட்ட நாட்களுக்குப் பொருந்தும் என்பதால் இவற்றை மட்டும் கொண்டு நாளைக் கணக்கிட இயலாது என்பது கவனிக்கப்பட வேண்டியது). இந்தக் குறிப்பிட்ட நாளில் ஒளியுள்ள நெருப்பால் மதுரை எரியும் எனக் கூறப்பட்டுள்ளது. இங்கு ஒளியுள்ள நெருப்பு என்று கூறப்படுவது எரிந்துகொண்டே விழும் விண்கல்லின் நெருப்போடுதான் ஒத்துப் போகின்றது. இந்த வரிகள் குறிப்பிட்ட நாளில் மதுரையை விண்கல் எரித்ததைக் காட்டுகின்றன. இது துணைச் சான்று ஆகும்.

மூன்றாவது காரணம்: கண்ணகியின் வழக்கையும் அதைத் தொடர்ந்து மதுரை எரிந்ததையும் கண்ட பின்னரே விண்கல் என்பது அரசனின் மரணத்திற்கும் நாட்டின் அழிவுக்குமான ஒரு அடையாளமாக மாறிப் போயிருக்க வாய்ப்புகள் உள்ளன. அதற்கு முன்பு இதுபோன்ற ஒரு நிகழ்வு நடந்திருக்க வாய்ப்பு இல்லை. மேலும் இந்த மோதலின்போதுதான் ஒரு அரசன் ஒரு வணிகர் மகளிடம் அவமானப்பட்டு இறந்து போனார். அதனால் இந்த நிகழ்வே பின்னர் ஒரு நிமித்தமாகிப் போனது என்று கொள்ளலாம்.

எனவே, விண்கற்களை தீய சகுனமாகச் சொல்லும் சோழன் குளமுற்றத்துத் துஞ்சிய கிள்ளிவளவன் மீது பாடப்பட்ட புறநானூற்றின் 41ஆவது பாடல், கண்ணகி வழக்கின் பின்பு நடந்த மதுரை எரிப்பைப் பற்றி அறிந்ததால், விண்கல்லை தீய நிமித்தமாகக் கருதிப் பாடப்பட்ட பாடலாக இருக்க வேண்டும்.

புறநானூற்றின் 229ஆவது பாடல் வானத்தில் இருந்து எரிமீன் விழுந்ததைக் கண்ட புலவர் கூடலூர்க் கிழார், அதனைக் கொண்டு அன்றில் இருந்து ஏழாம் நாளில் அரசன் யானைக்கட்சேய் மாந்தரஞ்சேரல் இறப்பான் எனக் கணித்ததாகவும், அதன்படி நடந்ததாகவும் கூறுவதும் இங்கு குறிப்பிடத்தக்கது ஆகும் (இதற்கான பாடல் மிக நுட்பமானது, இங்கு விளக்கினால் நூலின் ஓட்டம் தடைப்படும். மேலும் அறிய விரும்புவோர் புறநானூற்றை வாசிக்கவும்).

இந்த யானைக்கட்சேய் மாந்தரஞ்சேரல் ஒருமுறை விளங்கில் என்னும் ஊரைக் கைப்பற்றினான். அப்போது தனது வெற்றியைப் பாடக் கபிலர் இல்லையே என வருந்தினான். இதைக் கேட்ட புலவர் பொருந்தில் இளங்கீரனார் 'நான் இருக்கிறேன்' என்று கூறி இவனது வெற்றியைப் பாடினார். இப்பாடல் புறநானூற்றில் 53ஆவது பாடலாக உள்ளது.

அந்தக் கபிலர்தான் பதிற்றுப்பத்தில் 7ஆவது பத்தைப் பாடியவர். சேரன் செங்குட்டுவன் பதிற்றுப்பத்தின் 5ஆம் பத்தில் குறிப்பிடப்படுபவன் என்ற நிலையில், 7ஆம் பத்தைப் பாடிய கபிலரின் மறைவை அறிந்த யானைக்கட்சேய் மாந்தரஞ்சேரல் சேரன் செங்குட்டுவனின் காலத்திற்குப் பிற்பட்டவர் என்பது உறுதி. இந்தக் காலக்கோட்டின் பின்னணியில் அணுகினால் சேரன் செங்குட்டுவனால் வழிபடப்பட்ட கண்ணகியின் வரலாற்றால்தான் இந்த நம்பிக்கை சேரநாட்டில் பிற்காலத்தில் வந்தது எனக் கொள்வதில் தவறேதும் இல்லை.

இவற்றால் தமிழகத்தில் கி.மு.4ஆம் நூற்றாண்டில் இருந்து விண்கல் மோதலும், வானில் எரியும் கல்லை இரவில் பார்ப்பதுவும் தீய நிமித்தத்தின் குறியீடாகிப் போனது என்பதை அறியலாம்.

விண்கல்கள் பூமியில் மோதுவது என்பது மனித இனம் தோன்றும் முன்பிருந்து மனிதர்கள் சந்திக்கும் மாபெரும் அபாயம் ஆகும். டைனோசர்களின் அழிவு உள்ளிட்ட பல பேரழிவுகளுக்கு இதுவே காரணமாகக் கூறப்படுகின்றது.

அளவில் பெரிய விண்கற்கள் பூமியின் காற்று மண்டலத்தைக் கடக்கும்போது எரியத் தொடங்கும். எரிதலில் அழியாவிட்டால் அவை அப்படியே வந்து பூமியில் மோதும். அப்போது எழும் அதிர்வுகளும் புகையும் புழுதியும் பகலை இரவாக்கி இடத்தை

நெருப்பாக்கிப் பெரும் அதிர்ச்சியை ஏற்படுத்தும். அதனை ஒருமுறை எதிர்கொண்டவர்கள் அடுத்தமுறை வானில் ஒரு எரிகல்லைக் கண்டால் அச்சப்படுவதும் இயல்பானதே ஆகும். அந்நிலையில் அந்தக் கல் ஒரு நகரத்தில் விழுந்தால் அதன் பாதிப்பு மிகப் பெரியதாகவும் மறக்க இயலாததாகவும் இருக்கும். இது ரோமானிய நாகரிகத்தின் பாம்பெய் நகரம் கி.பி.முதல் நூற்றாண்டில் எரிமலையால் விழுங்கப்பட்டதற்கு இணையான அதிர்ச்சியைக் கொடுத்திருக்கும்.

இவற்றில் இருந்து, கண்ணகி பாண்டிய அரசனிடம் வழக்கில் வென்ற பின்னர் அரசர் இறந்ததும், மதுரை விண்கல் மோதி அழிந்ததும் நடந்தன என்றும், அதனால் பொதுமக்கள் கண்ணகிக்கு இழைக்கப்பட்ட அநீதிதான் விண்கல்லால் மதுரை எரியக் காரணம் என நம்புகிறார்கள் என்றும் புரிகின்றது.

இப்படி மதுரை எரிந்த பின்னர், மாபெரும் வறட்சி மதுரையைச் சூழ்கிறது. கண்ணகியின் வருகைக்கு முன்பு மழைக் கடவுளாக பாண்டியனைப் போற்றிய மக்கள் இப்போது அரசரை நம்ப இயலவில்லை. அதனால் புதிய பாண்டிய அரசனான வெற்றிவேல் செழியன் கண்ணகிக்கு அநீதி நடக்கக் காரணமாக இருந்த பொற்கொல்லர்களைப் பலியிட்டு கண்ணகிக்கு விழா எடுக்கிறார். அந்த விழாவுக்குப் பின்னர் மழை பொழிகிறது. இதனால் மக்கள் வானுக்கும் மழைக்கும் கண்ணகியே கடவுள் என உறுதி செய்கின்றனர். இவற்றின் தொடர்ச்சியாகவே சேரன் செங்குட்டுவன் குடகில் கண்ணகிக்குக் கோவில் கட்டுகிறார். கண்ணகி வழிபாடு கோசர்களால் கொங்கிலும் பரவுகிறது.

இத்தனையும் நடந்துவரும் சூழலில்தான் இளங்கோவடிகள் சிலப்பதிகாரத்தை எழுதியுள்ளார். அதனால் கண்ணகியைத் தெய்வம் என்ற நிலையில் இருந்து இறக்க அவரால் இயலவில்லை. மக்கள் தங்கள் கண்முன்னே கண்ணகியின் மாபெரும் அற்புதங்களைக் கண்ட பின்னர் அவர்களிடம்போய் ‘கண்ணகி மானுடப் பெண்தான்’ என்று சொல்ல இளங்கோவடிகள் விரும்பவில்லை (யாராவது அப்படி சொல்லி இருந்தால் அவர்களின் நிலை என்ன ஆகியிருக்கும் என்பதும் ஊகிக்கக் கூடியதே). எனவே சிலப்பதிகாரத்தின் தன்மையையும் அதில் கண்ணகியின் பாத்திரப்படைப்பையும்

காலமும் இயற்கையும்தான் தீர்மானித்து உள்ளன. இதில் இளங்கோவடிகள் மக்களின் மன ஓட்டத்தோடு நின்று இலைமறைக் காயாக அனைத்தையும் பதிவு செய்துள்ளார் என்பதே சிறப்புக்கு உரியதுதான்.

சிலப்பதிகாரத்தில் கண்ணகியை அறிமுகப்படுத்தும் போதே

'மாகவான் நிகர்வண்கை மாநாய்கன் குலக்கொம்பர்
ஈகைவான் கொடியன்னாள்' *(மங்கல வாழ்த்து)*

என்கிறார் இளங்கோவடிகள்.

இதன் பொருள்: வானத்தின் மழையைப் போன்ற வண்மை பொருந்திய கையை உடைய மாநாய்கன் குலத்தில் பூங்கொம்பும் பொன்னால் ஆன வானக் கொடியும் போன்றவள்.

இங்கு மாநாய்கனை வானில் உள்ள மழைபோன்ற வலிமை மிக்கவன் என்றும், கண்ணகியை பொன்னால் ஆன வானக் கொடி என்றும் இளங்கோ கூறும்போதே வானுக்கும் கண்ணகிக்குமான ஒரு தொடர்பு அடிக்கோடிடப்படுகிறது. 'ஈகைவான் கொடி' என்ற அரிய உவமைக்கு வேறு எந்தக் காரணமும் இருப்பதாகத் தெரியவில்லை.

இவற்றிலிருந்து கண்ணகி வாழ்ந்த காலத்தில் இருந்து சிறிது காலத்திற்குப் பின்பே சிலப்பதிகாரம் எழுதப்பட்டது எனவும், அப்போது குடகில் கண்ணகிக்குக் கோட்டமும், கொங்கு நாட்டில் கண்ணகிக்குக் கோவில்களும் கட்டப்பட்டுவிட்டன எனவும் நாம் கொள்ளலாம். அத்தோடு பாண்டிய நாடு கண்ணகியைப் பலகாலம் மறக்கவில்லை எனவும் நாம் அறியலாம்.

இப்படி ஒரு சூழலில்தான் இளங்கோவடிகள் சிலப்பதிகாரத்தை எழுதியுள்ளார். சிலப்பதிகாரம் எழுதப்பட்டு, புகார் நகரும் மூழ்கிய பின்னரே சோழநாட்டின் புதிய தலைநகரான கொற்கையிலும் பிற பகுதிகளிலும் கண்ணகி வழிபாடு பரவுகிறது. அதனால் இவற்றுக்கு முன்பே இளங்கோவடிகள் சிலப்பதிகாரத்தை எழுதி முடித்திருக்க வேண்டும். பின்னர் வந்தவர்கள் கண்ணகி வழிபாடு பரவிய வகையை மக்கள் அறிவதற்காக வரம்தரு காதையை எழுதிச் சேர்த்திருக்க வேண்டும்.

இதனால் தோராயமாக கண்ணகி மறைந்த சில காலத்திற்குப் பின்னரே சிலப்பதிகாரம் எழுதப்பட்டிருக்கப்பட வேண்டும்.

கண்ணகியின் வழக்கு குறித்த விவரத்தைக் கண்ணகியின் முக்திக்குப் பின்னர் உடனுக்குடன் இளங்கோவடிகள் சாத்தனார் மூலம் கேட்டார் என்பதும், அதைக் கேட்ட உடனேயே சிலப்பதிகாரம் எழுதினார் என்பதும் வரலாற்றோடு பொருந்தவில்லை. அத்தோடு இதையெல்லாம் கூறிய பதிகத்தை அடிப்படையாகக் கொண்டே சேரன் செங்குட்டுவனின் தம்பியே இளங்கோவடிகள் எனக் கூறப்படுவதால், அதுவும் எந்த வகையிலும் ஏற்கத்தக்கதாக இல்லை. இளங்கோவடிகள் சேர இளவரசராக இருந்திருக்கலாம், ஆனால் சேரன் செங்குட்டுவனின் தம்பியா என்பது கேள்விக்கு உரியதே.

~

6

எங்கே கண்ணகிக் கோட்டம்?

சிலப்பதிகாரம் கூறும் கண்ணகிக் கதைக்கு மக்கள் கண்ணில் கண்ட சாட்சியம் கண்ணகியின் பத்தினிக் கோட்டம் ஆகும். அது இப்போது எங்கே உள்ளது?

சேரன் செங்குட்டுவன் கண்ணகிக்கு அமைத்த பத்தினிக்கோட்டம் வஞ்சியில் இருந்தது என்பதை நடுகற் காதையின்

'வஞ்சியிற் பத்தினிக் கோட்டம்'

என்ற வரியாலும்,

வாழ்த்துக் காதையில் உள்ள
'வெஞ்சினம் தரு வெம்மை நீங்கி
வஞ்சிமா நகர் புகுந்து;
நில அரசர் நீள் முடியால்
பலர் தொழு படிமம் காட்டி
தட முலைப் பூசல் ஆட்டியைக்
கடவுள் மங்கலம் செய்த பின்னாள்'

மற்றும்

'வஞ்சியீர், வஞ்சி இடையீர், மற வேலான்
பஞ்சு அடி ஆயத்தீர்'

ஆகிய வரிகளாலும் அறியலாம்.

ஆனால் அந்தப் பத்தினிக் கோட்டம் அமைக்கப்பட்ட வஞ்சி இப்போது எங்கே உள்ளது? என்பதுதான் விடை காணப்படாத கேள்வி. காரணம் வஞ்சி என்பது ஒரு குறிப்பிட்ட நகரின் தனிப்பெயர் இல்லை! வஞ்சி என்ற பெயரில் பல நகரங்கள் இருந்துள்ளன.

6.1. வஞ்சி நகரங்கள்:

சேரர்கள் தங்கள் நகரங்களுக்கு வஞ்சி என்றும் கருவூர் என்றும் தொடர்ந்து பெயரிட்டனர். அதனால் வஞ்சி என்பது குறிப்பிட்ட நகரைக் குறிக்கும் சொல்லாக இல்லாமல் பல நகரங்களுக்கும் பொதுவான பெயராக மாறியது. எந்தெந்த ஊர்கள் வஞ்சியெனக் கருதப்படுகின்றன என்று சில எடுத்துக்காட்டுகளைக் காண்போம்.

6.1.1. கருவூர் (கொங்கு வஞ்சி):

சிலப்பதிகாரத்தில்,

'வாழியரோ வாழி வருபுனல் நீர்த் தண்பொருநை
சூழ்தரும் வஞ்சியார் கோமான்தன் தொல்குலமே'

என உள்ளது. இதன் பொருள் 'வஞ்சி நகர் ஆன் பொருந்தம் நதியால் சூழப்பட்டது' என்பதாகும். தண்பொருநை என்ற நதியானது இன்றைய அமராவதி என்பதால் அமராவதியால் சூழப்பட்ட கருவூரே கொங்கு வஞ்சி எனக் கருத இடமுள்ளது.

6.1.2. கொடுங்களூர் (குடகு வஞ்சி):

சிலப்பதிகாரத்தில் குடகு நாட்டு அரசனாக இருந்த சேரன் செங்குட்டுவன் வஞ்சியில் இருந்து சென்று பேரியாற்றின் கரையில் இருந்தபோதுதான் மலைவாழ் மக்கள் செங்குட்டுவனைக் காண வந்தார்கள் என உள்ளது.

சுள்ளியம் ஆற்றைப் பேரியாறு என்றும், அயிரி மலையைச் செங்கோடு என்றும் வைத்து கொடுங்களூருக்கு அருகில்தான் சேரன் செங்குட்டுவனின் வஞ்சி இருந்தது என்று சிலர் கூறுகிறார்கள். இதன் அடிப்படையில் கொடுங்களூர் குடகு வஞ்சி என அழைக்கப்படுகிறது.

6.1.3. திருவாங்கூர் (வஞ்சி ராஜ்ஜியம்):

திருவாங்கூர் வஞ்சி ராஜ்ஜியம் என அழைக்கப்பட்டதைக் கேரள மக்கள் நெடுங்காலமாக நினைவு கூர்கிறார்கள்.

திருவாங்கூர் மன்னர்கள் 'வஞ்சி பூபதி' என அழைக்கப்பட்டார்கள். அரசனை வஞ்சீசன் எனக் குறிக்கும் வழக்கமும் அங்கு காணப்பட்டது. வஞ்சீஷமங்கலம் என்ற பாடல்தான் திருவாங்கூர் சமஸ்தானத்தின் தேசியகீதமாக இருந்தது. திருவாங்கூர் அரசர்களின் சரித்திரம் 'வஞ்சிராஜ்ய சரிதம்' என்ற பெயரில்தான் நூலாக எழுதப்பட்டது. இப்படி திருவாங்கூரை வஞ்சி எனக் குறிக்கப் பல காரணங்கள் உள்ளன.

6.1.4. பிற கேரள வஞ்சிகள்:

கோட்டூரில் அகஸ்திய வனத்தின் அடிவாரத்தில் வஞ்சிக்குழி என்ற இடம் உள்ளது. சிலர் இதை வஞ்சி என்கிறார்கள்.

கோட்டயத்தில் திருவாஞ்சூர் உள்ளது. சிலர் இதை வஞ்சியூர் என்பதன் திரிபு என்கிறார்கள்.

நெடுமங்காடு தாலுகாவில் வஞ்சுவம் என ஒரு பகுதி உள்ளது. இதையும் சிலர் வஞ்சியின் திரிபு என்கிறார்கள்.

கேரளாவில் உள்ள வஞ்சிகளை ஆய்வு செய்த எழுத்தாளர் வெள்ளநாடு ராமச்சந்திரன் இவற்றை ஒரு நீண்ட பட்டியலாகத் தருகிறார்.

இவற்றைப் பார்க்கும்போது சேரர்கள் தங்களால் ஒவ்வொரு புதிய நாடு ஆளப்படும்போதும் புதிய தலைநகரங்களைத் தோற்றுவித்தார்கள், அந்தப் புதிய தலைநகரங்கள் ஒவ்வொன்றையும் வஞ்சி என அழைத்தார்கள் என்று தோன்றுகிறது. எனவே 'வஞ்சி' என்ற பெயரை மட்டும் வைத்து எந்த ஒரு குறிப்பிட்ட இடத்தையும் சிலப்பதிகாரத்தில் வரும் வஞ்சி என உறுதியாகச் சொல்ல இயலாது. இந்த நிலையில், சிலப்பதிகார வஞ்சியை அதன் குறிப்புகள் மூலம் ஆய்வு செய்துதான் அறிய வேண்டும்.

6.2. சிலப்பதிகார வஞ்சி எப்படி இருந்தது?:

சிலப்பதிகாரத்தின் வாழ்த்துக் காதையில் உள்ள

'வாழியரோ வாழி வருபுனல் நீர்த் தண்பொருநை
சூழ்தரும் வஞ்சியார் கோமான்தன் தொல்குலமே'

என்ற வரிகளைக் கொண்டு கண்ணகியின் கோட்டம் அமைந்திருந்த வஞ்சி தண்பொருநை நதியால் சூழப்பட்டது, அதனால் அது கொங்குநாட்டின் கருவூர்தான் என்கிறார்கள்.

கொங்கு வஞ்சியில்தான் கண்ணகிக் கோட்டம் இருந்தது என சிலப்பதிகாரம் கூறுகின்றதா?

சிலம்பின் காலத்தில் கொங்கு நாடு, குடநாடு ஆகிய இரண்டு பகுதிகள் சேரன் செங்குட்டுவனின் ஆட்சியில் இருந்தன என்பதை முன்னரே பார்த்தோம். இந்த நாடுகளில் நாட்டுக்கு ஒன்றாக இரண்டு வஞ்சிகள் இருந்திருக்கும். இந்த இரண்டு வஞ்சிகளுக்குமே அரசன் செங்குட்டுவன்தான்.

வாழ்த்துக்காதையில் அரசர்களை அவர்களின் முக்கிய நதிகளை வைத்து அடையாளப்படுத்தும்போது வைகை பாண்டியனுக்கும், தண் பொருநை சேரனுக்கும், காவிரி சோழனுக்கும் உரியவையாகப் பாடப்பட்டன. அங்குதான் இந்த வரியும் வந்துள்ளது.

'வாழியரோ வாழி வருபுனல் நீர் வையை
சூழு மதுரையார் கோமான்தன் தொன்குலமே.
வாழியரோ வாழி வருபுனல் நீர்த் தண்பொருநை
சூழ்தரும் வஞ்சியர் கோமான் தன் தொல் குலமே.
காவிரி நாடனைப் பாடுதும் பாடுதும்
பூவிரி கூந்தல் புகார்' (வாழ்த்து)

எனவே இந்த வரிகளின் நோக்கம் கண்ணகியின் கோட்டம் அமைந்துள்ள வஞ்சியைப் பாடுவது அல்ல. மாறாகத் தண்பொருநையால் சூழப்பட்ட வஞ்சியை ஆளும் அரசனான சேரனைப் புகழ்வது மட்டுமே.

'மாடுபிடி வீரன் முருகனைப் பிடித்தான்' என்ற தொடருக்குப் பல பொருள் உண்டு. முருகனைப் பிடித்த இடம் வாடிவாசல் என்றால் முருகன் என்பது காளை என்றும், அதுவே வீடு என்றால் முருகனை ஆண் என்றும், அதுவே கோவில் என்றால் முருகனைக் கடவுள் என்றும் பொருள் கொள்ள இயலும். அதனால்தான் விளக்கங்களில் எப்போதும் இடம், பொருள், ஏவல் பார்க்கப்பட வேண்டும்.

இந்தக் குறிப்பிட்ட சிலப்பதிகார வரிகளின் பேசுபொருள் அரசர்களின் புகழ்தான், கண்ணகியின் கோட்டம் அல்ல எனும்போது 'தண் பொருநையால் சூழப்பட்ட வஞ்சியை ஆளும் சேரன்' என்று பொருள் கொள்வதுதான் சரி. இது தவிர அமராவதியால் சூழப்பட்ட வஞ்சியில்தான் கண்ணகிக் கோட்டம் இருந்தது எனக் கொள்ள வேறு காரணங்கள் இல்லை.

கண்ணகிக் கோட்டம் இருந்த வஞ்சிக்கு அருகில் ஒரு ஆறு இருந்தது, ஒரு மலை இருந்தது என்ற இரண்டு செய்திகளும்தான் உண்மையில் கண்ணகிக் கோட்டத்தைக் கண்டுபிடிக்க உதவக் கூடியவை.

6.3. ஆற்றின் பெயர் என்ன?:

சேர மன்னன் தனது வஞ்சியில் (கண்ணகிக்குக் கோட்டம் எழுப்பப்படவுள்ள வஞ்சியில்) இருந்து நாட்டுவளம் காணச்சென்றபோது அவனைக் குறவர்கள் சந்தித்த இடத்தைச் சிலப்பதிகாரம்

'நெடியோன் மார்பி லாரம் போன்று
பெருமலை விலங்கிய பேரியாற் றடைகரை
இடுமண லெக்கர் இயைந்தொருங் கிருப்ப' *(காட்சிக்காதை)*

என காட்சிப்படுத்துகிறது.

வரிகளின் பொருள்: திருமாலின் மார்பில் அணிவிக்கப்பட்ட மாலை போலப் பெரிய மலையினைக் குறுக்கிட்டுச் செல்லும் பேரியாற்றின் கரையில், ஆறு குவித்த இருமணலும் மணல் குன்றுகளும் (எக்கர்) சேர்ந்திருக்கும் இடத்தில்.

இந்த வரிகளைக் கொண்டு வஞ்சியின் அருகில் இருந்த பேரியாற்றின் கரையில்தான் சேரன் செங்குட்டுவன் இருந்தார் எனவும், அதனால் அந்தப் பேரியாற்றை வைத்துதான் வஞ்சியைக் கண்டுபிடிக்க முடியும் எனவும் சிலர் கருதுகிறார்கள். 'பேரியாறு' என்று சிலப்பதிகாரம் இங்கு குறிப்பிடும் ஆறு உண்மையில் எது?

சூர்ணியாறு என வடமொழியில் பெயர் கொண்ட பெரியாற்றைத்தான் பேரியாறு என சிலம்பு குறிப்பிடுவதாக மயிலை சீனி வேங்கடசாமி அவர்கள் கருதுகிறார். சுள்ளியம் ஆற்றைத்தான் பேரியாறு என்று சிலம்பு குறிப்பிடுவதாக இராம கி கருதுகிறார். இப்படி சூர்ணியாறு, சுள்ளியம் ஆறு, மணிமுத்தாறு உள்ளிட்ட பல்வேறு ஆறுகளும் சிலம்பு காட்டும் பேரியாறு என்று கூறப்படுகின்றன. ஆனால், உண்மையாக பேரியாறு எங்குள்ளது என்று யாருக்கும் தெரியாது. அதன் காரணம் பேரியாறு என்பது ஆற்றின் பெயர் அல்ல, ஆற்றின் அளவினால் ஏற்பட்ட சிறப்புப் பெயரே அது என்பதுதான்.

சிலப்பதிகாரத்தின் நடுகல் காதையில்,
'கடும்புனற் கங்கைப் பேர்யாற்று வென்றோய்'

என்ற வரி வருகின்றது. இங்கு அளவில் பெரிய கங்கை ஆற்றை 'பேர்யாற்று' என்று இளங்கோவடிகள் குறிப்பிடுகிறார்.

கணியன் பூங்குன்றனார் அவர்கள் தனது புறநானூற்றுப் பாடலில்,

'மல்லற் பேர்யாற்று நீர்வழிப் படூஉம் புனை போல்'

எனக் கூறுவதும் நாம் அறிந்ததே. இங்கும் பேர்யாற்று என்பது பெரிய ஆற்றைத்தான் குறிக்கின்றது.

இப்படி அளவில் பெரிய ஒரு ஆறுதான் கண்ணகியின் கோட்டம் அமைக்கப்பட்ட வஞ்சிக்கு அருகிலும் (அல்லது சற்று தொலைவில்) ஓடிக் கொண்டிருந்தது என்ற பொருளிலேயே அந்த ஆற்றை 'பெருமலை விலங்கிய பேரியாறு' என இளங்கோவடிகள் குறிப்பிட்டுள்ளார். பேரியாற்றின் உண்மைப் பெயரை அறிய அது எவ்வளவு பெரிய ஆறு என்பதை நாம் கவனிக்க வேண்டும்.

சிலப்பதிகாரத்தின் காட்சிக்காதையில் அரசன் வஞ்சியில் இருந்து கிளம்பி பேரியாற்றின் கரைக்குச் சென்ற செய்தி,

'வஞ்சி முற்றம் நீங்கிச் செல்வோன்
வளமலர்ப் பூம்பொழில் வானவர் மகளிரொடு
விளையாட்டு விரும்பிய விறல்வேல் வானவன்
பொலம்பூங் காவும் புனல்யாற்றுப் பரப்பும்
இலங்குநீர்த் துருத்தியும் இளமரக் காவும்
அரங்கும் பள்ளியும் ஒருங்குடன் பரப்பி
ஒரு நூற்று நாற்பதி யோசனை விரிந்த
பெருமால் களிற்றுப் பெயர்வோன் போன்று
கோங்கம் வேங்கை தூங்கிணர்க் கொன்றை
நாகம் திலகம் நறுங்கா ழாரம்
உதிர்பூம் பரப்பின் ஒழுகுபுனல் ஒளித்து
மதுகரம் ஞிமிறொடு வண்டினம் பாட
நெடியோன் மார்பி லாரம் போன்று
பெருமலை விலங்கிய பேரியாற் றடைகரை
இடுமண லெக்கர் இயைந்தொருங் கிருப்ப'

என்ற வரிகளில் விளக்கப்படுகின்றன.

வரிகளின் பொருள்: வஞ்சிநகரின் வாயில் முற்றத்தைக் கடந்து செல்லும் சேர அரசன், வளமும் பொலிவும் மிக்க பூக்கள் மலிந்த சோலைகளில் உள்ள தேவ உலகின் பெண்களோடு விளையாட விரும்பிய இந்திரனைப் போல,

அழகிய பூங்காக்களும், நீர் மிகுந்த ஆற்றுப் பரப்புகளும், நீர்த் துருத்திகளும், மரக்காடுகளும், நாடக சாலைகளும் மண்டபங்களும் ஒன்றாகப் பரவிய 140 யோசனை தூரத்திற்கு (விரிந்த பகுதியில்), கோங்கும் வேங்கையும் தொங்கும் பூங்கொத்துகளையுடைய கொன்றையும் புன்னையும் மஞ்சாடியும் சந்தனமும் ஆகிய மரங்கள் பரவிய இடங்களில், உதிர்த்த பூக்களின் பரப்பில் நீர் கரந்து ஒழுக, தேனீக்களும் வண்டுகளும் இசைபாட, திருமாலின் மார்பில் உள்ள மாலை போலப் பெரிய மலையைக் குறுக்கிட்டுச் செல்லும் பேரியாற்றின் கரையில், இடுமணலும் மணல் குன்றும் இணைந்திருந்த இடத்தில் ஒன்றுகூடிப் பொருந்தி இருந்தான்.

இதில் '140 யோசனை தூரம்' என்பது நாம் கவனிக்க வேண்டிய இடம் ஆகும். ஒரு யோசனை என்ற தூரத்திற்கான அலகு காலங்கள் தோறும் மாறுபட்டிருக்கின்றது.

யோசனை என்ற அளவு காலங்கள் தோறும் பெரிய மாற்றங்களைச் சந்தித்து உள்ளது. ஆரியப்பட்டர் 8000 நரன் என்பது ஒரு யோசனை என்கிறார். நரன் என்பது ஒரு ஆள் உயரம் ஆகும். ஆரியப்பட்டரின் அளவுகோல்களின்படி ஒரு யோசனை என்பது சுமார் 8 மைல் அல்லது சுமார் 14 கிலோமீட்டர் வருகின்றது. தமிழரின் அளவுகோல் அடிப்படையில் இதனைக் கணக்கிட்டால் ஒரு யோசனை என்பது 16 மைல் அல்லது சுமார் 26 கிலோ மீட்டர் என்று இராம கி கணக்கிடுகிறார் (பழந்தமிழர் நீட்டலளவை, இராம கி).

மிகக் குறைந்தது 4 மைல் என்றும் அதிகபட்சம் 16 மைல் என்றும் யோசனை அளவைக் கூறலாம். சிலப்பதிகாரத்தில் உள்ள யோசனை தூரம் 4 மைல் என வைத்துக் கொண்டால்கூட 140 யோசனை என்பது 560 மைல் ஆகும். இது சுமார் 900 கிலோமீட்டர்! காவிரி ஆற்றின் இப்போதைய நீளம் 805 கிலோமீட்டர் என்பதும் காவிரியைவிட நீண்ட ஆறு தமிழகத்திலேயே இல்லை என்பதும் இங்கு குறிப்பிடத்தக்கது. புகார் கடலில் மூழ்கும் முன்பு காவிரி புகாரிலும் ஓடியிருக்கும் என்பதால் அதன் நீளம் 900 கிலோமீட்டர் அல்லது அதற்கும் அதிகமாக இருந்திருக்கலாம். ஆறுகள் எப்போதும் ஒரே பாதையில் ஓடுவதில்லை, நேர்க்கோட்டிலும் ஓடுவதில்லை. பழைய காவிரி தனது வளைவுகளால் இன்னும் அதிக தூரம் கூட ஓடியிருக்கலாம். இதனால் காவிரிதான் அந்தப்

பேரியாறா? என்ற கேள்வி எழுகின்றது. வேறு எந்த ஆற்றுக்கும் இந்தக் கணக்கு பொருந்தவில்லை.

காவிரிக்கு நெருக்கமாக எந்த சேரர் நகரமும் இல்லையே?என்று எண்ணும்போது, சிலப்பதிகாரம் காட்டும் வஞ்சிக்கும் பேரியாற்றங்கரைக்கும் நடுவில் இருந்த தூரம் என்ன? என்ற கேள்வி எழுகின்றது.

சேர அரசன் அரசன் நாட்டுவளம் காண யானைகளில் செல்கிறான் எனும்போது, அந்த இடம் அரண்மனைக்கு அவ்வளவு அருகில் இல்லை என்றே நாம் கொள்ளவேண்டும். குடகில் காவிரி ஆறு பாய்ந்த பகுதியிலிருந்து சற்று தூரம் தள்ளிதான் குடகுநாட்டின் வஞ்சி அமைந்திருக்க வேண்டும் (கே.பழனிச்சாமிப் பிள்ளை அவர்கள் இன்று சேலம் என அழைக்கப்படும் பண்டைய சேரலமே அபோது குடகின் தலைநகரமான வஞ்சியாக இருந்திருக்கலாம் எனக் கணிக்கிறார். அப்படியானால் 60 கிலோமீட்டருக்கும் அதிகமான குறுக்களவு கொண்ட மாபெரும் நகரமாக குடகு வஞ்சி இருந்திருக்க வேண்டும், அதன் பாகமாக திருச்செங்கோடு இருந்திருக்க வேண்டும். சேலம் நாட்டில் திருச்செங்கோடு ஒரு அங்கம் என்று ரா.பி.சேதுப்பிள்ளை அவர்கள் தனது 'தமிழகம் ஊரும் பேரும்' நூலில் குறிப்பிட்டு உள்ளதும் இங்கு கவனிக்கப்பட வேண்டியது. சேலத்தில் இருந்து சுமார் 60 கிலோமீட்டர் தூரத்தில் காவிரி உள்ளதும் குறிப்பிடத்தக்கது).

சிலப்பதிகாரத்தில் சேரமன்னன் தொடர்ச்சியாக குடகுக்கே உரியவனாகக் கூறப்படும் நிலையில், அவனது வஞ்சியைப் பலரும் கொங்கில் தேடுவதே முரணாக உள்ளது. சிலப்பதிகாரம் பெருமலை, பேரியாறு என்று குறிப்பிடும் சொற்களை நாம் குடநாட்டில் தேடினால், காவிரி உற்பத்தியாகும் குடகு மலையே பெருமலை என்றும், காவிரியே பேரியாறு என்றும் குடகுப் பகுதியில் அழைக்கப்படுவதும் நமக்கு ஆச்சரியம் அளிக்கின்றது.

அகநானூற்றில் பரணர்,

'கடும் புனல் மலிந்த காவிரிப் பேரியாற்று' *(அகநானூறு, 62)*

என்றும்

அகநானூற்றில் நக்கீரர்

'கடற்கரை மெலிக்குங் காவிரிப் பேரியாற்று' *(அகநானூறு, 126)*

என்றும் காவிரியைப் பேரியாறு எனப் பெயரிட்டு அழைத்துள்ளனர். இந்த 2000 ஆண்டுகளுக்கும் மேல் பழமையான வழக்கம் இன்றும் குடகில் தொடர்கிறது எனும்போது, குழப்பங்கள் மட்டுமே ஆய்வுக்குக் காரணங்களாக உள்ளன. எனவே பெருமலை என்பது குடகுதான், பேரியாறு என்பது காவிரிதான்.

பேரியாறு சேரன் செங்குட்டுவனின் நாட்டில் ஓடினாலும் ஏன் அவனைத் தண்பொருநையைக் கொண்டு பாராட்டினார்கள்? என்ற கேள்வி எழுவதும் இயல்பே.

மூவேந்தர்களைப் பாராட்டும்போது வைகை எப்படி பாண்டியனுக்கு அடையாளமாக உள்ளதோ அதுபோல, காவிரி சோழர்களுக்கு அடையாளமாக உள்ளது. சேரனுக்குக் காவிரியை அடையாளமாக வைத்து, சோழனுக்கும் வைத்தால் அது தேவையில்லாத போட்டியை உருவாக்கும். மேலும், குடகில் உள்ளது ஆடு தாண்டும் காவிரி. அது குறுகலானது. சோழ நாட்டில் பாய்வது அகன்ற காவிரி கடல் போன்றது. கா'விரி' என்ற சொல்லே அதற்கு சோழநாட்டில்தான் பொருந்துகிறது. ஆற்றுநீர் பங்கீடு குறித்த ஹெல்சிங்கி விதி ஒரு ஆற்றின் நீர் அது எங்கு உற்பத்தியாகின்றதோ அங்குள்ளவர்களைவிட, எங்கு பாய்கின்றதோ அவர்களுக்குத்தான் உரிமையுள்ளது என்று கூறுவதும் இதனால்தான். அதனால்தான் ஆற்று நீர் கீழிருந்து மேலாகப் பங்கிடப்பட வேண்டும்.

நதி நீர் உரிமையின் இந்த முக்கியப் பகுதி இன்றும் தமிழர்களுக்குப் புரியவில்லை, பலர் கர்நாடகாதான் காவிரிக்கு உரிமை உள்ளது என்று பேசுகிறார்கள். காவிரி தோன்றும் குடகும் அதன் மக்களும் கர்நாடகத்தோடு எந்தத் தொடர்பையும் கொண்டிருக்கவில்லை. சேரர் பண்பாடு இன்றும் குடகில் மணக்கிறது. மாநிலப் பிரிவின்போது குடகு தமிழகத்தோடு இணைய ஆசைப்பட்டது. இன்றும் குடகு மக்கள் கன்னடர்களுக்கு எதிராகப் போராடி வருகிறார்கள். குடகு தமிழ்நாட்டோடு இணைக்கப்பட வேண்டும், அல்லது அது தனி மாநிலமாக்கப்பட வேண்டும். இது ஒன்றுதான் காவிரி நீர் சிக்கலின் தீர்வு.

இப்படி உரிமை சார்ந்த சிக்கல்கள் வரக் கூடாது என்றுதான் சோழன் காவிரிக்கும் சேரன் அமராவதிக்கும் அரசர்கள் எனக் குறிப்பிடப்பட்டார்கள். இதனால்

காவிரிக்கரைக்குக் குடகுவஞ்சியில் இருந்து சேரன் நாட்டு வளம் காணப் போனது இல்லை என ஆகாது.

6.4. கோட்டமும் மலையும்

சிலப்பதிகாரத்தின் கட்டுரைக்காதையில் கண்ணகியின் கோட்டம் வஞ்சியில் அமைந்திருந்த இடம்

> 'கடல்வயிறு கிழித்து மலை நெஞ்சு பிளந்து
> அவுணர்க் கடந்த சுடரிலை நெடுவேல்
> நெடுவேள் குன்றம் அடிவைத்தேறி'

என்று குறிப்பிடப்படுகிறது. இதனால் கண்ணகிக்குக் கோட்டம் அமைக்கப்பட்ட இடத்தை அடைய முருகனின் கோவிலுடன் கூடிய 'நெடுவேள் குன்றம்' என்ற குன்றின்மீது ஏற வேண்டும் என்பது தெரியவருகின்றது.

சிலப்பதிகாரத்தின் குன்றக்குரவை

> 'சீர்கெழுசெந்திலும் செங்கோடும் வெண்குன்றும்
> ஏரகமும் நீங்கா இறைவன்'

என்று முருகன் உறையும் இடங்களைப் பட்டியலிடுகின்றது. அதில் திருச்செந்திலும் திருச்செங்கோடும் வெண்குன்றும் ஏரகமும் ஆகிய இடங்கள் இடம் பெறுகின்றன. இவற்றில் 'திருச்செங்கோடு' கவனிக்க வேண்டியதாக உள்ளது. கண்ணகி கடவுளாகும் முன்னரே திருச்செங்கோட்டில் முருகன் வழிபாடு இருந்தது என்ற செய்தி இதனால் கிடைக்கின்றது.

கண்ணகிக்கு எங்கு எப்படி சிலை நிறுவப்பட்டது என்பதைச் சிலப்பதிகாரத்தின் நடுகற் காதை,

> 'பத்தினிக் கோட்டத்து
> இமையவர் உறையும் இமையச் செவ்வரைச்
> சிமயச் சென்னித் தெய்வம் பரசி'

என்கிறது.

இதன் பொருள்: வானவர்கள் (இமையவர்) வாழ்கின்ற இமையம் என்ற சிவந்த மலையின் (இமையச் செவ்வரை) உச்சியில் (சிமயம்) தலையான தெய்வத்தை (சென்னித் தெய்வம்) கும்பிட்டு.

திருச்செங்கோடு என்ற சிவந்த மலைக்கும் (செவ்வரைக்கும்) இமையம் என்ற பெயர் உண்டு என்பதை திருச்செங்கோட்டுப் புராணம், திருப்பணிமாலை ஆகியவை காட்டுகின்றன.

கண்ணகியின் கோட்டம் திருச்செங்கோட்டில் கட்டப்படும் முன்னரே அங்கு முருகன் இருந்தார் என்பதைக் குன்றக் குரவை வரிகள் நமக்கு முன்னரே காட்டிவிட்டன. நெடுவேள் குன்றம், செங்கோடு, செவ்வரை என பல பெயர்களால் அழைக்கப்படும் மலை இன்றைய திருச்செங்கோடே ஆகும். திருச்செங்கோடு மலையில் மலையுச்சியில் தலையாய கடவுளாக இருந்தவர் முருகனே ஆவார்.

சிலப்பதிகாரத்தின் வாழ்த்துக்காதையில் உள்ள

'வென் வேலான் குன்றில் விளையாட்டு யான் அகலேன்'

என்ற வரியின் மூலம் கண்ணகியின் கோட்டம் முருகனின் மலையில் அமைந்துள்ளதை நாம் உறுதி செய்ய முடிகின்றது. ஒரு புதிய கோவிலுக்கு அருகில் உள்ள பழைய கோவிலைக்காட்டி வழி சொல்லும் வகையில் கண்ணகி கோட்டத்தின் அடையாளமாக திருச்செங்கோடு முருகன் கோவிலே இருந்துள்ளது.

மேலும் கண்ணகிக் கோட்டம் அமைந்திருந்த இடம் திருச்செங்கோடு மலைதான் என்பதற்கும், அது சுள்ளியம் ஆற்றின் கரையில் அமைந்திருந்த பகவதி கோவில் அல்ல என்பதற்கும் சிலப்பதிகாரத்தில் பிற்காலத்தில் சேர்க்கப்பட்ட வரந்தரு காதையும் ஒரு கூடுதல் சான்றைத் தருகின்றது.

வரந்தரு காதையில் கண்ணகிக் கோட்டத்தில் இருந்த ஒரு நீர்ச்சுனை பற்றிய குறிப்பு

'மங்கல மடந்தை கோட்டத் தாங்கண்
செங்கோட் டுயர்வரைச் சேணுயர் சிலம்பிற்
பிணிமுக நெடுங்கற் பிடர்த்தலை நிரம்பிய
அணிகயம் பலவுள ஆங்கவை யிடையது
கடிப்பகை நுண்கலுங் கவிரிதழ்க் குறுங்கலும்
இடிக்கலப் பன்ன இழைந்துகு நீரும்
உண்டோர் சுனையத னுள்புக் காடினர்
பண்டைப் பிறவிய ராகுவ ராதலின்
ஆங்கது கொணர்ந்தாங் காயிழை கோட்டத்
தோங்கிருங் கோட்டி யிருந்தோய் உன்கைக்
குறிக்கோட் டகையது கொள்கெனத் தந்தேன்'

என்ற வரிகளில் கொடுக்கப்பட்டுள்ளது.

இந்த வரிகளின் பொருள்: மங்களதேவி கண்ணகி கோட்டத்தில் நீண்ட மலைத்தொடரின் (உயர் வரைசேண்)

உயர்ந்த மலையான (உயர் சிலம்பு) திருச்செங்கோட்டில் (செங்கோட்டு), பெண் யானையின் (பிணி) முகம் போன்ற நெடிய கல்லில் அதன் பிடரி (பிடர்த்தலை) போன்ற இடத்தில், பல நீர்நிறைந்த சுனைகள் உள்ளன. அந்தச் சுனைகளின் நடுவே வெள்ளை நிறத்து சிறிய கடுகு போன்ற அளவையும் முருங்கைப் பூவின் நிறத்திற்கு இணையான நிறத்தையும் உடைய மாவைக் கரைத்துவிட்டது போல நெகிழ்ந்து நீர் வழியும் ஒரு சுனை உள்ளது. அதன் உள்ளே சென்று மூழ்குவோர் முந்தைய பிறவியை அறிவார்கள். அதனால் கண்ணகிக் கோட்டத்தின் உயர்ந்த பெரிய வாயிலில் இருந்த உன்னிடம் அந்த நீரை உன் கையிலே இது நீ கொள்ளத்தக்கது எனக் கொடுத்தேன்.

திருச்செங்கோடு மலையில் இதுபோன்ற சுனைகள் நிறைய இருந்துள்ளன. அப்படி ஒரு சுனைமீதுதான் இன்று திருச்செங்கோட்டில் அர்த்தநாரீஸ்வரராக வணங்கப்படும் திருமேனி உள்ளது. அர்த்தநாரீஸ்வரரின் பாதத்தில் சுரக்கும் தேவ தீர்த்தம் என்ற சுனை நீரை அமாவாசையன்று பருகினால் கடவுளின் அருள் கிடைக்கும் என்பது இன்றும் திருச்செங்கோட்டில் நிலவும் நம்பிக்கை ஆகும்.

மேலும், திருச்செங்கோடுதான் சிலப்பதிகாரம் குறிப்பிடும் நெடுவேள் குன்றம் என்று எனக்கு முன்னரே பலரும் கூறி இருக்கிறார்கள். சிலப்பதிகாரத்திற்கு உரை எழுதிய அரும்பத உரைக்காரர் கண்ணகி வந்த இடம் திருச்செங்கோடு என்றே கூறியுள்ளார். அதன் பண்பாட்டுத் தொடர்ச்சியாக இன்றும் திருச்செங்கோட்டுப் பகுதி மக்களிடம் கண்ணகி வழிபாடு பரவலாகக் காணப்படுகின்றது. சேலத்தைச் சுற்றியே எட்டு பெரிய மாரியம்மன் கோவில்கள் இருப்பது இதன் ஒரு சான்று ஆகும்.

கணவனை இழந்த கண்ணகி திருச்செங்கோடு மலையில் ஏறி இன்னும் கோபம் தணியாமல் உள்ளாள் என்று இன்று கூட உள்ளூர் மக்கள் நம்புகிறார்கள். கண்ணகி என்ற 'பொய்யைப் பொறுக்காத தெய்வம்' உள்ள மலை திருச்செங்கோடு என்பதால், யாராவது சத்தியம் செய்வதாக இருந்தால் திருச்செங்கோடு மலைக்கு வந்து சத்தியம் செய்ய வேண்டும் என்று கூறுவதையும் இப்பகுதி மக்கள் வழக்கமாகக் கொண்டிருக்கிறார்கள். எனவே கண்ணகிக் கோட்டம் அமைக்கப்பட்ட இடம் திருச்செங்கோடு மலைதான்.

திருச்செங்கோட்டிற்கு வழங்கும் பிற பெயர்களும் அதுதான் கண்ணகிக் கோட்டம் கட்டப்பட்ட இடம் என்பதைக் காட்டுகின்றன. எடுத்துக்காட்டாக சிலப்பதிகாரத்தில் கண்ணகியின் தோழியாகவும் சாத்தனை மணந்த பிராமணப் பெண்ணாகவும் காட்டப்படுபவர் தேவந்தி ஆவார் (இவரது இயற்பெயர் வந்தி என இருந்து, கடவுளை மணந்த சிறப்பினால் இவர் தேவந்தி என அழைக்கப்பட்டிருக்கலாம். இந்திரன், தேவேந்திரன் என்ற பெயர்களை நோக்கினால் இது புரியும்).

சிலப்பதிகாரத்தின் பிற்சேர்க்கையும் உண்மை சொல்லும் நோக்கமுடைய பகுதியுமான வரந்தரு காதை, இந்த தேவந்திதான் கண்ணகி கோவிலின் முதல் பூசாரி என்கிறது. இதனை

'பத்தினிக் கோட்டப் படிப்புறம் வகுத்து
நித்தல் விழாவணி நிகழ்க என்று ஏவிப்
பூவும் புகையும் மேவிய விரையும்
தேவந்திகையைச் செய்க என்றருளி'   (வரந்தரு காதை)

என்ற வரிகளால் அறியலாம்.

வரிகளின் பொருள்: சேரன் செங்குட்டுவன், கோயில் செலவிற்கு வேண்டிய நிலங்களைக் கொடுத்து, தினமும் பூசைகள் நடக்க ஒரு ஏற்பாடு செய்தான்; பின்னர், நறுமணச் சாந்திடுதல், மலர் வழிபாடு (அர்ச்சனை செய்தல்), நறும்புகை எடுத்தல் (தூபம்) முதலிய அன்றாடப் பூசைகளைச் செய்யும் பூசாரினியாகத் தேவந்தியை அமர்த்தினான்.

இந்த வரிகளில் இருந்து திருச்செங்கோடு கண்ணகிக் கோட்டத்தின் முதல் பூசாரி தேவந்தி என நாம் அறியலாம். கண்ணகிக் கோட்டத்தில் இதன் பின்னர் நெடுங்காலம் பெண்களே பூசாரிகளாக இருந்திருக்க வேண்டும் என்று தெரிகின்றது. ஆனால், பின்னர் அங்கும் ஆண் பூசாரிகள் வந்துவிட்டனர். இருப்பினும் பல கண்ணகி கோவில்களிலும் மாரியம்மன் கோவில்களிலும் பூசாரிகள் இன்றும் புடவை அணிந்துதான் பூசை செய்கிறார்கள் என்பதையும் நாம் கவனிக்க வேண்டும். பூசாரிகளைப் போலவே கோவிலுக்கு தானம் செய்பவர்களும் பெரும்பாலும் பெண்களாகவே இருந்துள்ளனர் என்பதை சில கல்வெட்டுகளால் அறியலாம் (அவை குறித்துப் பின்னர் பார்ப்போம்).

கண்ணகிக் கோவிலின் முதல் பூசாரியான தேவந்தியைக் குறிக்கும் வகையில் திருச்செங்கோடு மலைக்கு 'வந்திமலை' என்ற பெயர் இன்றும் நிலவுகின்றது. வந்திமலையில் உள்ள சிவன் கோவில் என்பதால் அர்த்தநாரீஸ்வரர் கோவில் 'திருவந்தீஸ்வரம்' என்றும் அழைக்கப்படுகின்றது. இந்தப் பெயரின் மூலம் அர்த்தநாரீஸ்வரர் புராணம் என்பது வந்திக்குப் பிற்பட்டது என்பதை அறியலாம்.

சிலப்பதிகாரம் 'கொங்கர் செல்வி' என்று கண்ணகியைக் குறிக்கின்றது என்ற நிலையில், குடகில் உள்ள திருச்செங்கோடு மலைக்கு 'கொங்கு மலை', 'செல்வி மலை' என்று வேறு இரண்டு பெயர்களும் உள்ளன என்பதை திருச்செங்கோடு புராணம், திருப்பணிமாலை ஆகியவை கூறுகின்றன.

6.5. கண்ணகிக் கோட்டம் எது?

திருச்செங்கோடு 'திருக்கொடி மாடச்செங்குன்றூர்' கோவில் இப்போது அர்த்தநாரீஸ்வரர் கோவில் என அறியப்படுகின்றது. வீட்டில் கணவன் ஆதிக்கமா? மனைவி ஆதிக்கமா? என்பதை நாகரிகமாக 'சிதம்பரமா? மதுரையா?' என்று கேட்பது உண்டு. அப்போது நழுவல் பதிலாக 'திருச்செங்கோடு' என்பார்கள். இதன் பொருள் அர்த்த நாரீஸ்வரர்போல இருவரும் பாதிப்பாதியாக அதிகாரத்தைப் பகிர்கிறோம் என்பது.

இந்த திருச்செங்கோடு அர்த்தநாரீஸ்வரர் கோவிலில் இன்று தனிச் சன்னிதியோடு 'செங்கோட்டு வேலவர்' என்ற முருகன் காட்சி தருகிறார். இது தவிர இன்று திருச்செங்கோடு மலையில் முருகனுக்கு தனியே ஒரு கோவில் இல்லை.

திருச்செங்கோட்டில் உள்ள முருகனைப் பற்றிய செய்திகள் நமக்கு சிலப்பதிகாரத்திலேயே கிடைக்கின்றன, இவை குறித்து முன்னரே பார்த்தோம். ஆனால், அங்குள்ள அர்த்தநாரீஸ்வரர் பற்றிய செய்திகளை நாம் பக்தி இலக்கியங்களின் காலம் வரை காண இயலவில்லை. அதனால் பக்தி இலக்கியங்களின் காலத்தில்தான் அங்கு அர்த்தநாரீஸ்வரர் கோவில் வந்தது என்பது உறுதியாகின்றது.

திருச்செங்கோடு முருகன் கோவில் சேரன் செங்குட்டுவன் காலத்திலேயே இருந்திருந்தாலும் இன்றைய திருச்செங்கோடு

கோவிலில் மிகப் பழமையான கல்வெட்டுகள் ஏதும் இல்லை. திருச்செங்கோடு கோவிலில் சுமார் 50 கல்வெட்டுகள் கிடைத்தாலும், இவற்றில் மிகப் பழமையான கல்வெட்டு முதலாம் பராந்தக சோழனின் 37ஆவது ஆண்டைச் சேர்ந்தது என நம்பப்படும் கல்வெட்டுதான். இது கி.பி.10ஆம் நூற்றாண்டைச் சேர்ந்தது. இதன் பின்னர் ஆதித்த சோழன் காலக் கல்வெட்டுகள் என நம்பப்படும் கல்வெட்டுகள் காணப்படுகின்றன.

இதிலிருந்து பிற்காலச் சோழர்களின் எழுச்சிக்கு முன்பாக, பல்லவர் ஆட்சிக்காலத்தில் இந்தக் கோவில் முழுதும் இடித்து, கல்வெட்டுகள் அகற்றப்பட்டு மறுநிர்மாணம் செய்யப்பட்டது உறுதியாகின்றது. இதனால் இந்தக் கோவிலில் இருந்து கண்ணகிக் கோட்டம் குறித்த எந்த நேரிடையான கல்வெட்டும் நமக்குக் கிடைக்கவில்லை. ஆனால் பல முக்கியத் தரவுகளை இந்தக் கல்வெட்டுகள் மறைமுகமாகக் கொடுக்கின்றன. அந்தத் தரவுகளைப் பெற முதலில் அந்தக் கல்வெட்டுகளைப் பற்றிப் பார்ப்போம்.

கல்வெட்டுகளில் நுழையும் முன்பு ஆட்சியாண்டுகள் மற்றும் அரசர் பெயர்கள் குறித்த எளிய அறிமுகம் ஒன்று தேவைப்படுகின்றது.

6.5.1. ஆட்சியாண்டும் அரசரும்

திருச்செங்கோட்டில் உள்ள சோழர் காலக் கல்வெட்டுகளில் அரசரின் பட்டப் பெயரும் ஆட்சியாண்டும் காணப்படும். ஆனால் இவற்றில் எதுவும் சோழ அரசர்களாலோ, அவர்களின் அதிகாரிகளாலோ நேரிடையாகப் பொறிக்கப்பட்டவை அல்ல. இந்தக் கல்வெட்டுகளில் சோழ அரசரின் பெயரும் ஆட்சியாண்டும் கல்வெட்டை வெட்டிய பொதுமக்களால் காலக் குறிப்பாகப் பயன்படுத்தப்பட்டு உள்ளன (கல்வெட்டுகளின் ஆண்டுக் குறிப்புகள் குறித்து எனது ஆதித்த கரிகாலன் கொலை நூலில் விரிவாக விளக்கி உள்ளேன்). எனவே இந்தக் கல்வெட்டுகள் திருச்செங்கோடு கோவிலில் இருந்த அன்றைய நடைமுறையை மட்டுமே விளக்குகின்றன, இதற்கும் சோழர்களின் விருப்பு வெறுப்பிற்கும் தொடர்பில்லை.

6.5.2. கோப்பரகேசரியும் கோவிராஜ கேசரியும்

சோழர் கல்வெட்டுகளில் பொதுவாக ராஜகேசரி, பரகேசரி என்ற அரசனின் பட்டப் பெயர்கள்தான் காணப்படும். வேறு ஆதாரங்களைக் கொண்டே அந்த ராஜகேசரி, பரகேசரியின் பிற பெயர்களை அறிய முடியும் (மேற்கொண்டு அறிய விரும்புவோர் ஆதித்த கரிகாலன் கொலை நூலை வாசிக்கவும்).

திருச்செங்கோடு கோவிலில் கிடைக்கும் மிகப் பழமையான கல்வெட்டு கோப்பரகேசரி வர்மனின் கல்வெட்டுகள் ஆகும். கி.பி.9-10ஆம் நூற்றாண்டிற்குரிய எழுத்தமைதியுடன் கோப்பரகேசரியின் 8 கல்வெட்டுகள் இங்கு கிடைத்துள்ளன. அதிகபட்சமாக இந்த அரசனின் 37ஆவது ஆட்சியாண்டு கல்வெட்டு கிடைத்துள்ளது.

கோப்பரகேசரி என்ற பட்டம் பல சோழ அரசர்களுக்குக் காணப்பட்டாலும் 37 ஆண்டுகள் ஆட்சி செய்த ஒரே கோப்பரகேசரி முதலாம் பராந்தகச் சோழனே ஆவார், இவர் 45 ஆண்டுகளுக்கும் மேல் ஆண்டவர். முதலாம் பராந்தகச் சோழனின் சில கல்வெட்டுகள் கொங்குப் பதிகளில் காணப்படுவதால் திருச்செங்கோட்டில் காணப்படும் கோப்பரகேசரியின் கல்வெட்டுகளும் இவருடையதே எனக் கொள்ள முடிகின்றது.

கோப்பரகேசரியின் கல்வெட்டுகளின் எழுத்தமைதியோடு அதிகம் மாறுபடாத 5 கல்வெட்டுகள் இராஜகேசரி வர்மன் என்ற அரசரின் பெயரில் கிடைத்த கல்வெட்டுகள் ஆகும். பரகேசரி முதலாம் பராந்தகனுக்குப் பின்னர் அடுத்து ஆட்சிக்கு வந்தவர் ராஜகேசரி ஆதித்தன் ஆவார். இவர் சுமார் கி.பி.894ல் கொங்கு நாட்டைக் கைப்பற்றியதாக 'கொங்கு தேச ராசாக்கள்' நூல் கூறுகின்றது. இவற்றைக் கொண்டு இந்தக் கல்வெட்டுகள் ஆதித்தனின் கல்வெட்டுகள் எனக் கணிக்கப்படுகின்றன.

சிலர் இவற்றைப் பிற சோழ அரசர்களின் கல்வெட்டுகள் என்கிறார்கள். இன்னும் சிலர் இவை கொங்கு சோழரின் (வேறு அரச மரபின்) கல்வெட்டுகள் என்கிறார்கள். இந்த வேறுபாடுகளை விளக்கப் புகுந்தால் மிக அதிக பக்கங்கள் அதற்குத் தேவைப்படும் என்பதால், இந்தக் கூற்றுகளை மட்டும் உங்களுக்கு அறிமுகப்படுத்திக் கடக்கிறேன். இனி கல்வெட்டுகளின் பட்டியல்:

எண்	கல்வெட்டு எண்	அரசர்	ஆட்சி ஆண்டு	தானம் கொடுத்தோர்	தானம்	பெற்றவர்
1.	SSI 19 of 219	கோப்பரகேசரி	9	ஈரோடு மணிகண்டி ஓடையமாந்தாள் (பெண்) சார்பில் அரட்டனக்கன் மகன் (அவளது மகன்?).	20 கழஞ்சு பொன். வட்டி கொண்டு 20 பிராமணர்களுக்கு உணவிட வேண்டும்.	திருச்செங்கோடு திருவோணக் கணப் பெருமக்கள்.
2.	SSI 19 of 298	கோப்பரகேசரி	12	ஈரோட்டு உத்தமன் கணவதி (ஆண்)	26 கழஞ்சு. இவன் பிறந்த மாசி கேட்டையில் பிராமணருக்கு உணவளிக்க வேண்டும்.	சோணாட்டுப் பெருமக்கள் (சிலர் சேரநாட்டு என்றும் படிக்கிறார்கள்)
3.	SSI 19 of 298	கோப்பரகேசரி	12	இரணமுக நாரணன் (ஆண்)	(தானம் சிதைந்துள்ளது) தான் பிறந்த மாசி ரோகிணியில் பிராமணருக்கு உணவளிக்க வேண்டும்.	சிதைந்துள்ளது.
4.	SSI 19 of 426	கோப்பரகேசரி	26	மகள் முண்டங்கோனை (பெண்) சார்பில் தந்தை காடன் [பூ]பதி.	5 கழஞ்சு பொன். வட்டி கொண்டு 5 பிராமணருக்கு உணவளிக்க வேண்டும்.	திருச்செங்கோடு திருவாதிரை கணப் பெருமக்கள்.
5.	SSI 19 of 426	கோப்பரகேசரி	27	புகழியூர் ம…கி… மணவாட்டி [கு]காரி சுந்தரி (பெண்).	பொன் (அளவு அழிந்துள்ளது). வட்டி கொண்டு துவாதசியில் பிராமணருக்கு உணவிட வேண்டும்.	திருச்செங்கோடு துவாதசி கணப் பெருமக்கள்
6.	SSI 19 of 429	கோப்பரகேசரி	28	வாடஞ்சேந்தன் செருவாச்சி (பெண். சிலர் இதனை ஆண் பெயராகவும் கருதுகின்றனர்).	துளைப்பொன் 12 கழஞ்சு. வட்டியைக் கொண்டு விளக்கெரிக்க வேண்டும்.	திருச்செங்கோட்டின் 12 நாட்டுப் பெருமக்கள்.

எண்	கல்வெட்டு எண்	அரசர்	ஆட்சி ஆண்டு	தானம் கொடுத்தோர்	தானம்	பெற்றவர்
7.	SSI 19 of 430	கோப்பரகேசரி	28	கணப் பெருமக்கள்.	3 கழஞ்சு. மலைமேல் துவாதசி, திருவாதிரை, திருவோணம் ஆகிய நாட்களில் 2 கலம் உணவளிக்க வேண்டும்.	3 கணப் பெருமக்கள்
8.		கோப்பரகேசரி	37	இல்லை.	இல்லை.	இல்லை.
9.	SSI 13 of 232	இராஜகேசரி	13	இளங்கோ[ன] டிகள் தேவியார் மூரி காமக்கனார் (பெண்).	20 கழஞ்சு செம்பொன். வட்டி கொண்டு ஏகாதேசி தோறும் 20 பிராமணருக்கு உணவிட வேண்டும்..	திருச்செங்கோட்டின் 12 நாட்டுப் பெருமக்கள்.
10.	SSI 13 of 242	இராஜகேசரி	14	இளங்கோ[ன] டிகள் தேவியார் மூரி அமுதனார் (பெண்).	15 கழஞ்சு பொன். வட்டி கொண்டு திருச்செங்கோட்டு ஆள்வார்க்கு நொந்தா விளக்கு எரிக்க வேண்டும்.	திருச்செங்கோட்டின் 12 நாட்டுப் பெருமக்கள்.
11.	SSI 13 of 244	இராஜகேசரி	14	இ[ள]ங்கோனடிகள் தேவியார் மூரி காமக்கனார் (பெண்).	20 கழஞ்சு செம்பொன். வட்டி கொண்டு திருவாதிரை தோறும் 20 பிராமணருக்கு உணவிட வேண்டும்.	திருச்செங்கோடு திருவாதிரை கணப் பெருமக்கள்.
12.	SSI 13 of 245	இராஜகேசரி	14	... கான் தேவியர் மூரி [அ]முதனார் (பெண்).	பொன் (அளவு அழிந்துள்ளது). வட்டி கொண்டு ஏகாதசியில் உணவிட (யாருக்கு என்பது அழிந்துள்ளது).	திருச்செங்கோட்டின் 12 நாட்டுப் பெருமக்கள்.
13.	SSI 13 of 261	இராஜகேசரி	16	பெரங்கிய் மணியன் மா... ணவாட்டி கொற்றந்தை பொதுவன் மாரி (பெண்).	25 கழஞ்சு பொன். இவள் பிறந்த புரட்டாசி சோதி நாளில் பிராமணர்களுக்கு உணவளிக்க வேண்டும்.	திருச்செங்கோட்டின் 12 நாட்டுப் பெருமக்கள் (நூலில் பாண்டிநாட்டு என்று தவறாகப் படித்துள்ளனர்)

இந்தக் கல்வெட்டுகளில் நாம் கவனிக்க வேண்டியவை:

1. மொத்தம் கிடைத்த 13 சோழர் கல்வெட்டுகளில் 12 தானங்கள் உள்ளன. இவற்றில் ஒரு தானம் மூன்றுகணப் பெருமக்களால் செய்யப்பட்டது. 2 தானங்கள் ஆண்களால் செய்யப்பட்டன. இன்னும் ஒரு தானத்தைச் செய்தவர் ஆணா பெண்ணா என்பதில் குழப்பம் உள்ளது. மீதம் 8 தானங்களைச் செய்தவர்கள் பெண்கள்!. அதாவது மொத்த தானங்களில் 66.7% தானம் பெண்களால் செய்யப்பட்டுள்ளது. இது தமிழகத்தின் எந்தக் கோவிலிலும் இல்லாத விகிதம் ஆகும்.

2. பெண்கள் அந்த தானங்களைச் செய்ய ஆண்களின் அனுமதியும் உதவியும் இருந்தன என்பதை அவர்கள் பெயரோடு சேர்த்து கணவர், தந்தை அல்லது மகனின் பெயர்கள் உள்ளதைக் கொண்டே அறியலாம். இங்கே அந்தப் பட்டியல்:

   - இளங்கோனடிகள் தேவியார் மூரிகாமக்கனார்
   - இளங்கோனடிகள் தேவியார் மூரிஅமுதனார்
   - பெறங்கிய மணியன் மா....ணவாட்டி கொற்றந்தைப் பொதுவன் மாரி
   - மணிகண்டி ஓடையமாந்தாள் (சார்பில் அரட்டனக்க மகன் தானம்)
   - காடன் பூபதி மாணிக்கன் மகள் முண்டங்கோனை (சார்பில் இவளது தந்தை தானம்)
   - புகழியூர் ம...கி... மணவாட்டி குகாரி சுந்தரி

3. இதனால் திருச்செங்கோடு கோவில் அர்த்தநாரீஸ்வரரின் கோவிலாக மாறினாலும், முன்பு பெண்கள் கோவிலாக இருந்த கண்ணகி கோவிலின் வழிபாட்டுத் தொடர்ச்சியை திருச்செங்கோடு மக்கள் கைவிடவில்லை என்பது தெரிகின்றது. கற்பின் தெய்வமான கண்ணகி தங்கள் வீட்டுப் பெண்களுக்கும் ஆற்றல் கொடுப்பாள் என அன்றைய ஆண்கள் எண்ணியதையே அவர்களும் தானத்திற்கு உதவியது காட்டுகின்றது.

4. இளங்கோனடிகள், பொதுவன் மாரி ஆகிய பெயர்களில் சிலப்பதிகாரத்தை எழுதிய இளங்கோவும் மழைக் கடவுள் மாரியான கண்ணகியும் நமக்குத் தென்படுகிறார்கள். தானம் அளித்தவர்கள் கண்ணகியை அறிந்தவர்கள் என்பதை இவை காட்டுகின்றன.

5. நிர்வகிக்க இந்த தானங்களைக் கையில் வாங்கியவர்களாக 12 நாட்டுப் பெருமக்கள், சேர அல்லது சோழ நாட்டுப் பெருமக்கள், திருவாதிரை கணப் பெருமக்கள், துவாதசி கணப் பெருமக்கள், திருவோணம் கணப் பெருமக்கள் ஆகியோரே இருந்துள்ளனர். இவர்களில் துவாதசி, திருவாதிரை, திருவோணம் ஆகிய மூன்று கணங்களின் பெருமக்கள் இணைந்து இயங்கியுள்ளனர். இவை திருச்செங்கோடு கோவில் குறிப்பிட்ட அமைப்பினரால் நடத்தப்பட்டதையும் இவர்கள் பொதுவாக பிராமணருக்கே தானங்கள் கொடுத்ததையும் காட்டுகின்றன. இவற்றில் இருந்து திருச்செங்கோடு கோவில் மறுநிர்மாணம் செய்யப்பட்டது முதல் அங்கு பிராமண ஆதிக்கமே நிலவியது என்பதை அறியலாம்.

இப்படியாகப் பண்டைய திருச்செங்கோட்டின் வரலாறு அழிக்கப்பட்ட பின்னரும், ஆழ் சுவடுகள் அதனைக் கண்ணகி கோவிலாகவே காட்டுகின்றன. இதுபோன்ற வழக்கங்களாலும் நம்பிக்கைகளாலும் திருச்செங்கோட்டில் கண்ணகிக்குக் கோட்டம் கட்ட வேண்டும் என்ற கோரிக்கையும் நீண்டகாலமாக உள்ளூர் மக்களால் வைக்கப்பட்டு வருகின்றது. ஆனால், அதை வரலாற்றுக் கோரிக்கை என்று தமிழகத்தின் பிறபகுதி மக்கள் பார்ப்பது இல்லை என்பது இங்கு கவனிக்க வேண்டியது. தலைநகர் சென்னையில் கண்ணகி சிலை காணாமல் போனால்கூட தமிழர்கள் மானமற்று அமைதியாகத்தான் இருப்பார்கள் எனும்போது, திருச்செங்கோட்டில் என்ன நடந்தால் அவர்களுக்கு என்ன?

சேரன் செங்குட்டுவனால் திருச்செங்கோடு மலையில்தான் பத்தினிக் கோட்டம் அமைக்கப்பட்டது என்றால்... எங்கே உள்ளது கண்ணகி சிலை?

6.6. கண்ணகி வழிபாடும் சிலையும்...

சேரன் செங்குட்டுவன் இமயமலையில் இருந்து கல் எடுத்துக் கொண்டுவந்த கண்ணகி சிலை இன்று என்ன ஆகியிருக்கும்? என்பது மாபெரும் கேள்வி ஆகும். அதற்கான வாய்ப்புகள்:

1. அழிக்கப்பட்டிருக்கலாம்
2. திருடப்பட்டிருக்கலாம்
3. மறக்கப்பட்டிருக்கலாம்
4. திரிக்கப்பட்டிருக்கலாம்.

இவற்றில் முதல் இரண்டு வாய்ப்புகள் நடந்திருந்திருந்தால், நாம் கண்ணகி சிலையைப் பற்றி மேற்கொண்டு அறிந்துகொள்ள இயலாது. ஆனால், கடைசி இரண்டு வாய்ப்புகள் நடந்திருந்தால்? அதை அறிந்துகொள்ள நாம் கண்ணகி வழிபாட்டின் மாற்றங்களைக் கவனிக்க வேண்டும்.

தமிழகத்தில் கண்ணகி வழிபாடு சங்ககாலத்தில் மிக வலுவாக இருந்தாலும் பிற்காலங்கள் அப்படி இல்லை. காலப் போக்கில் தமிழகத்தில் செல்வியம்மன், மாரியம்மன், ரேணுகாதேவியம்மன் எனக் கண்ணகி வழிபாடு மாறியது.

கேரளாவில் கண்ணகி வழிபாடு பெரும்பாலும் பகவதியம்மன் வழிபாடாகியது. கேரளாவின் ஸ்ரீகுரும்பா, பத்ரகாளி, நல்லம்மா, மணியம்மா ஆகிய தெய்வங்களின் வாழ்த்துப் பாடல்களில் கண்ணகியின் கதைதான் உள்ளது என்று கேரள வரலாற்று ஆய்வாளர் கே.கே.என்.குரூப் கூறுகிறார். அதனால் இவற்றையும் கண்ணகி வழிபாட்டின் திரிப்புகளாகவே நாம் பார்க்க முடிகின்றது.

இலங்கையில் கண்ணகி, கண்ணகை அம்மன், பத்தினி அம்மன் எனப் பல பெயர்களில் கண்ணகி வழிபாடு உள்ளது. இலங்கையில் பவுத்தர்கள் 'பத்தினித் தெய்யோ' என்ற பெயரில் கண்ணகியை வழிபடுகிறார்கள். தமிழில் தெய்வம் என்றும் மலையாளத்தில் தெய்யம் என்றும் சிங்களத்தில் தெய்யோ என்றும் கண்ணகி அழைக்கப்படுகிறார். ஆனால், இவை அனைத்தும் ஒரே தெய்வம் என்பதை மக்கள் அறியாத வகையில் புராணங்கள் மறைக்கின்றன. எப்படி பெயர் மாறின கண்ணகி கோவில்கள்?

கண்ணகியின் கதை மக்களிடத்தில் இருந்து மறையத் தொடங்கியபோது (இலக்கிய அறிஞர்கள் மறக்கவில்லை என்றாலும்), கண்ணகி கோவில்களைக் கைப்பற்றிய ஒவ்வொரு தரப்பினரும் ஒவ்வொரு புராணத்தை உருவாக்கி கடவுள் பெயரை மாற்றியுள்ளனர். எடுத்துக்காட்டாக கண்ணகியின் கோவில்கள் எப்படி ரேணுகாதேவியின் கோவில்களாக மாற்றப்பட்டன எனபதை ம.பொ.சி. அவர்கள்

'கண்ணகியம்மன் மாரியம்மனாக மாறியது எதனால்? கொற்கையிலும் கொங்கு மண்டலத்திலும் குட நாட்டிலும் இலங்கைத் தீவிலும் மழை வரம் வேண்டியே மன்னர்கள் விழா நடத்தினர் என்பதை, அவர்கள் விழா நடத்திய பின்னர், "நாடுமலிய மழை பொது பிழையா விளையுள் நாடாயிற்று" என்றும், "மழை தொழில் என்றும் மாறாதாயிற்று" என்றும் உரைபெறு கட்டுரை கூறுவதால் அறிகிறோம் அல்லவா!

'மாரி' என்னுஞ் சொல் 'மழை' என்று பொருள் தரும். சிலப்பதிகாரக் காலத்திற்குப் பின்னர் மன்னர்களும் மக்களும் மழையைக் கோரியே கண்ணகிக்கு விழா எடுத்தனராதலால், காலப் போக்கில் மழை தரும் தெய்வத்தின் பெயர் 'மாரி' என்றும் மாறி வழங்கியிருக்கக் கூடும். இங்கொரு புராணக் கதை வந்து என் வாதத்துக்கு எதிர்வாதம் எழுப்ப நினைப்போருக்குத் துணை புரிகின்றது. அந்தக் கதையையும் பார்ப்போம்:

அந்தணோத்தமரான ஜமதக்கினி முனிவர் தன் பத்தினியான ரேணுகை என்பாளின் கற்பில் ஐயங்கொண்டு, அதாவது, கீதாகரன் என்ற கந்தருவனுடன் அவள் கூடியிருந்ததாகக் கருதி அவள் மீது கடுஞ்சினங்கொண்டார். தன் கடைசி மகனான பரசுராமனை அழைத்து ரேணுகையின் தலையை வெட்டி விடுமாறு ஆணையிட்டார். அதன்படி, தன் தாயின் தலையை வெட்டி விட்டான் பரசுராமன்.

தனது கட்டளையை நிறைவேற்றியதற்காகப் பரசுராமன்பால் அன்பு மிகுந்த முனிவர், தனக்குத் தேவையான வரத்தைக் கேட்குமாறு மகனை வேண்டினார். அவன், "என்னால் வெட்டப்பட்டு மாண்டுவிட்ட என் தாய் திரும்பவும் உயிர் பெற்றெழவேண்டும்" எனக் கேட்டான். கொடுத்த வரத்தை மறுக்க மாட்டாதவராகி, "வெட்டுண்ட தலையை உடலோடு பொருத்தினால், உன் தாய் உயிர் பெற்றெழுவாள்" என்று கூறினார் ஜமதக்கினி முனிவர்.

இதற்குள், வெட்டுண்ட ரிஷி பத்தினியின் தலையை ஏதோ ஒரு மிருகம் கொண்டுசென்று விட்டது. அதனால் கவலை கொண்ட

பரசுராமன், புலைச்சியொருத்தியின் தலையினை வெட்டிக்கொண்டு வந்து (அவள் தலைதானே விலையில்லாதது!) தன் தாயின் உடலுடன் பொருத்தினான். உடனே ஜமதக்கினியின் அனுக்ரகத்தால் ரேணுகை உயிர் பெற்றெழுந்தாள்.

ரேணுகையின் கதை பல வடிவங்களில் வழங்கி வருகின்றது. மாரியம்மன் பெயரோடு சேர்த்து வழங்கி வரும் வடிவத்தில் நான் இங்குசொன்னேன். ரேணுகையின் தலைமாறி விட்டதால், அதன்பின் அவள் 'மாரி' என்று அழைக்கப்படுவதாகச் சொல்லப்படுகிறது. இதனை நம்பி மாரியம்மன் கோயில்களில் உற்சவ காலங்களில் வெளியிடும் விளம்பரத் தாள்களிலே, 'ரேணுகாதேவி' என்றே போடுகிறார்கள்.

தலை மாறி வந்ததைக் குறிப்பதனால், வல்லின 'றி' போட்டு 'மாறியம்மன்' என்று அழைக்க வேண்டும். அப்படிக்கின்றி, இடையின 'ரி' போட்டு மாரியம்மன் என்றே மக்கள் அழைக்கின்றனர். இதனால் தலை மாறிய கதையை நம்புவதற்கில்லை. கற்பின் கொழுந்தான கண்ணகியின் வழிபாட்டைக் கற்பிழந்தவளென்று தன் கணவனால்

சந்தேகிக்கப்பட்ட தன் மகனாலேயே கொல்லப்பட்டரேணுகையின் வழிபாடாக மாற்றியவர்கள் யாராயினும், அவர்கள் தமிழருக்கு நன்மை செய்யவில்லை.

தமிழ்நாட்டில் நடைபெறும் மாரியம்மன் விழாக்களிலே கூழ், கருவாடு, முருங்கைக் கீரை முதலியன வைத்துப் படைக்கப்படுகின்றன. இவையனைத்தும் மக்கள் பஞ்சம் நேர்ந்த காலத்தில் பயன்படுத்தும் உணவு வகையாகும். வெற்றிவேற்செழியன் பாண்டியநாடு பஞ்சத்தால் அவதியுற்றகாலை மழை வரம் வேண்டி கண்ணகிக்கு விழா எடுத்தானாதலால், பஞ்சகால உணவைப் படைத்து வழிபட்டிருக்கலாம்.

அந்தணப் பெண்ணும் ரிஷி பத்தினியுமான ரேணுகைக்கு நடத்தும் வழிபாட்டிலே, கருவாடு சமைத்துப் படைப்பது அசம்பாவிதமாகும். மற்றும், ரேணுகை வடபுலத்தவள்; அப்படியிருந்தும், தமிழ்நாட்டில் மாரியம்மன் விழா கொண்டாடப்படும் காலத்திலோ, அதுபோன்ற முறையிலோ வடபுலத்தில் ரேணுகாதேவி விழா நடைபெறுவதாகத் தெரியவில்லை. உண்மையென்னவென்றால், தமிழர் நடத்தி வந்த கண்ணகி விழாவையே பிற்காலத்தில் ரேணுகாதேவி விழாவாக மாற்றி விட்டிருக்கின்றனர்.' *என்று பதிவு செய்கிறார் (பெருகட்டும் கண்ணகி அம்மன் வழிபாடு, தொகுப்பாசிரியர்: யாணன்).*

கேரளாவில் எப்படி கண்ணகி வழிபாடு திரிந்தது என்பதை அச்சில் வராத 'கேரளத்தில் கண்ணகி வழிபாடு' நூலில் அ.க.பெருமாள், செந்தீ நடராசன் ஆகியோர்

'கொடுங்கல்லூர் பகவதியின் வழிபாட்டுச் சடங்குகள், பழமரபுக் கதைகள், வழிபாட்டுப் பாடல்கள், விழா நிகழ்வுகள் ஆகியவற்றைத் தொகுத்துப் பார்க்கும்போது கண்ணகி வழிபாடு சங்ககாலம் தொடங்கி கி.பி.16ஆம் நூற்றாண்டுவரை தொடர்வதையும் அதன் பின்னர் பகவதி அம்மனாக மாற்றப்பட்டதையும் காணமுடிகின்றது. மாறினாலும் பழைய மரபுகள் மறையாமல் இருப்பதையும் அறிய முடிகின்றது' (மேற்கோள்: 'கண்ணகி மரபு: தமிழ் இன அடையாள உருவாக்கமும் அடையாள அழிப்பின் அரசியலும்' கட்டுரையில் சிலம்பு நா.செல்வராசு அவர்கள் மேற்கோள் காட்டியுள்ளார்) என்று கூறியுள்ளனர்.

கேரளாவில் கி.பி.16ஆம் நூற்றாண்டு வரை கண்ணகி கண்ணகியாகவே தொழப்பட்டிருக்கிறார். தமிழகத்தில் அந்தக் காலம் வரைகூட திரிப்புகள் கண்ணகி வழிபாட்டை விட்டுவைக்கவில்லை.

தமிழகத்தில் அழிந்துபோன கண்ணகி வழிபாடு பிற்காலச் சோழர் காலத்தில் இலங்கையில் இருந்து மீண்டும் தமிழகம் வந்தபோது, கண்ணகியை ஏதோ ஈழத்து தெய்வம் என நினைக்கும் அளவுக்குத் தமிழர்கள் கண்ணகியை மறந்திருந்தனர். பிற்காலச் சோழர்கள் கண்ணகியை 'ஈழ நாச்சியார்' என்றே அழைத்தனர்.

பிற்காலச் சோழர்களின் ஈழ நாச்சியார் வழிபாட்டைப் புரிந்துகொள்ள இயலாத கல்கி அவர்கள், 'ஈழ நாச்சியார் என்பவர் இலங்கையில் சோழர்களுக்கு உதவி செய்த பெண்' எனப் புரிந்துகொண்டு, பொன்னியின் செல்வனில் மந்தாகினி என்ற பாத்திரத்தை உருவாக்கினார் (இதையெல்லாம் எனது ஆதித்த கரிகாலன் கொலை நூலில் விரிவாக விளக்கியுள்ளேன்). பிற்காலச் சோழர் காலத்திலேயே கண்ணகி வழிபாடு தமிழகத்தில் மாறிவிட்டது என்றால், இந்த மாற்றங்கள் எப்போது நிகழ்ந்தன?

தமிழகத்தில் பக்தி இயக்கங்களில் காலத்தில் பிற சமயக் கோவில்கள் சைவ, வைணவக் கோவில்களாக மாற்றப்பட்டன. அப்போது அங்கிருந்த சில திருமேனிகளுக்குப் புதிய கதைகள் சொல்லப்பட்டு அவையும் சைவ, வைணவ சமயங்களுக்குள் கொண்டுவரப்பட்டன.

இன்றும் நாம் அப்படி மாற்றப்பட்ட பல கோவில்களையும், பல்வேறு திருமேனிகளையும் காணலாம். இப்படி மாற்றப்பட்ட

கோவில்களில் கண்ணகியின் கோவில்களும் இருந்திருக்க வேண்டும். மணிமேகலை நூல் எழுதப்பட்ட காலத்தையும், சிலப்பதிகாரம் மற்றும் மணிமேகலை நூல்களை இணைத்துப் பதிகங்கள் எழுதப்பட்ட காலத்தையும் நாம் பார்க்கும்போது இவை அனைத்தும் பக்தி இலக்கியக் காலத்திற்கு முற்பட்டவையாகவே தோன்றுகின்றன.

திருச்செங்கோட்டில் கல்வெட்டுகள் கிடைக்கும் காலத்தைப் பார்க்கையில், பிற்காலச் சோழர் காலத்திற்கு முன்பே அந்த கோவிலில் உள்ள கல்வெட்டுகள் முழுதும் அகற்றப்பட்டு, மாபெரும் மாற்றம் நிகழ்ந்துள்ளதை நாம் அறிய முடிகின்றது.

சிலப்பதிகாரமும் மணிமேகலையும் முருகன் கோவிலாகக் கூறிய திருச்செங்கோடு பல்லவர் காலத்தில் திடீரென சிவன் கோவிலாக மாறியுள்ளது. அங்கு ஞானசம்பந்தர் வந்து பதிகம் பாடியுள்ளார். இந்தக் காலமே கண்ணகிக் கோட்டம் சிவன் கோவிலான காலகட்டமாக இருக்க இயலும். அப்படி கண்ணகி கோவில் சைவக் கோவிலாக மாற்றப்பட்டிருந்தால் கண்ணகியின் சிற்பம் என்னவாகி இருக்கும்? என்பதுதான் வரலாற்றுப் பின்னணியோடு அணுகப்பட வேண்டிய கேள்வி.

பொதுவாக ஒரு கடவுளின் கோவிலை இன்னொரு கடவுளின் கோவிலாக மாற்றும்போது, கடவுளுக்கு அலங்காரம் செய்வதின் மூலம் உண்மையை மறைப்பது நிகழும். அந்த அலங்காரம் பழைய கடவுள் வடிவத்தை அதையொத்த இன்னொரு கடவுளின் வடிவமாக மாற்றுவதாக இருக்கும். இந்த நிலைதான் கண்ணகியின் திருமேனிக்கும் நிகழ்ந்து இருக்கும். அப்படியானால் கண்ணகி திருமேனியை வேறு எந்த தெய்வத்தின் திருமேனியாக மாற்றியிருக்க முடியும்? அதை அறிய சேரன் செங்குட்டுவன் வைத்த கண்ணகி திருமேனி எப்படி இருந்திருக்கும்? என முதலில் நாம் சிந்திக்க வேண்டும்.

சேரன் செங்குட்டுவன் கண்ணகிக்கு முதலாவது சிலையை எப்படி உருவாக்கியிருப்பார்? என்று சிந்தித்தால், தனது ஒரு மார்பை நீக்கிய கண்ணகிக்கு ஒரு மார்புடன்தான் அவர் சிலை வைத்திருப்பார் என்பதே நமக்குக் கிடைக்கும் முதலாவது முடிவு ஆகும்.

ஒற்றை மார்போடு கண்ணகிக்குச் சிலையா? என்று சிலருக்குக் கேள்வி வரலாம். ஏனெனில் தமிழகம் முழுக்க

இவ்வளவு மாரியம்மன் கோவில்கள் இருந்தாலும் அங்கு ஒற்றை மார்போடு அம்மன் இருப்பதில்லை, அதே போல மிகப் பழமையான சிலைகளையும் அங்கு பார்க்க இயலாது. இதன் காரணம் சிற்ப இலக்கணம் மற்றும் ஆகமங்களைக் காரணம் காட்டி 'உடல் உறுப்பு குறைந்த சிலைகளை வணங்கக் கூடாது' என்று மக்கள் மூளைச் சலவை செய்யப்பட்டதும், அதனைத் தொடர்ந்து அந்தப் பழமையான சிலைகள் அகற்றப்பட்டதுமே ஆகும் (சில இடங்களில் புற்று மாரியம்மன், சுயம்பு மாரியம்மன் என்ற பெயரில் இன்றும் கண்ணகி சிலைகள் மறைக்கப்பட்டு உள்ளன).

ஆனால், சேரன் செங்குட்டுவன் காலத்தில் அப்படியில்லை. கொடுங்கோளூரில் கோயில் கொண்டுள்ள பகவதி அம்மனுக்கு 'ஒற்றை முலைச்சி' என்ற பெயர் இன்றும் வழங்கப் பெறுகிறது. திருநெல்வேலியில் ஒற்றை முலைச்சியம்மன், முத்தாரம்மன் என்ற பெயரில் அம்மன் கோவில்கள் உள்ளன. 'முத்தார மார்பின் முலைமுகம் திருகினாள்' என்று சிலப்பதிகாரம் கூறுவதை இங்கு பொருத்திப் பார்த்தால் முத்தாரம்மனும் கண்ணகியே என அறியலாம். சிலப்பதிகார உரையில் சொல்லப்பட்ட வரிக்கூத்துகளில் 'ஒற்றை முலைச்சி' என்ற பெயருடைய கூத்தும் ஒன்றாகும். இவற்றில் இருந்து தொடக்கத்தில் கண்ணகி சிலைகள் ஒரு மார்போடுதான் வடிவமைக்கப்பட்டன என்பதை அறியலாம். இதனால் இந்த வழக்கத்திற்கு முன்னோடியாக சேரன் செங்குட்டுவன் வடித்த சிலையும் ஒற்றை மார்போடுதான் இருந்திருக்கும்.

அடுத்து, மதுரை எங்கும் நடந்த கண்ணகிக்கு நின்ற நிலையில்தான் அவர் சிலை வைத்திருப்பார் என்பதும் ஊகிக்கக் கூடியது. ஏனெனில் மதுரையின் பொதுமக்கள் கண்ணகியைத் தெய்வமாகப் பார்த்த முதல் கோலம் அதுதான். அந்தக் கோலத்திற்குதான் வெற்றிவேல் செழியன் முதல் பலியைக் கொடுத்திருப்பார். அதனையே பிறரும் தொடர்ந்திருப்பார்கள்.

சேரன் செங்குட்டுவன் இதற்காக இமயம் வரை சென்று கல் எடுத்து வந்தார் எனும்போது, தமிழகத்தில் கிடைக்காத கல்வகையை அவர் தேர்வு செய்திருப்பார் என்றும் நாம் கருதலாம். குடகில் கல் இல்லாததால் அவர் இமயம் போகவில்லை என்பதை உள்வாங்கிக் கொண்டால் இது புரியும்.

மதுரையின் கிழக்கு வாயில் வழியாக உள்ளே வந்த கண்ணகி, மதுரை எரிந்த பின்னர் மேற்கு வாயில் வழியாக வெளியேறி, மேற்கு திசைநோக்கிச் சென்றாள் என்கிறது கட்டுரைக்காதை. இதனை

> 'கீழ்த் திசை வாயில் கணவனொடு புகுந்தேன்
> மேல் திசை வாயில் வறியேன் பெயர்கென
> இரவும் பகலும் மயங்கினள் கையற்று'

என்ற வரிகளில் காணலாம்.

மேற்குதிசை குடகு திசை என்றும் அழைக்கப்பட்டது. குடகு மலை, குடகு நாடு, குடவர் கோ ஆகியவை மேற்கு என்ற திசையை அடியொற்றி வந்தவைதான்.

புகார் நகரைக் கண்ணகி கடந்து, அங்குள்ள காவிரியைக் கடக்கும்போதே இளங்கோவடிகள் காவிரி குட திசையில் இருந்து வருகின்றது என்பதை, நாடுகாண்காதையில்

'குட திசைக் கொண்டு கொடும் புனல் காவிரி' என்று நுட்பமாகப் பதிவு செய்வதையும் நாம் கவனிக்க வேண்டும். குடதிசை நோக்கி வந்த தெய்வம் கண்ணகி என்பதாலும் அவருக்கு குடகு வஞ்சியில் குடக்கோவால் சிலை நிறுவப்பட்டதாலும் கண்ணகி சிலை மேற்கு நோக்கி நிறுவப்பட்டிருக்கும் என நாம் கொள்ளலாம்.

எனவே அந்தக் கண்ணகி சிலை

- ஒற்றை மார்பு
- நின்ற நிலை
- இமயமலைக் கல்
- மேற்கு முகம் ஆகிய பண்புகளைக் கொண்டிருக்க வேண்டும்.

இந்த வரையறைகள் அனைத்தோடும் அப்படியே பொருந்தும் ஒரு சிலை இதே திருச்செங்கோட்டில் உள்ளது என்பதை உங்களால் நம்ப முடிகின்றதா? அது குறித்து அடுத்துப் பார்ப்போம்.

6.7. கண்ணகி சிலைதான் அர்த்தநாரீஸ்வரர் சிலையா?

அர்த்தநாரீஸ்வரர் கோவில் உண்மையில் அர்த்தநாரீஸ்வரர் கோவில்தானா? என்ற ஐயத்தை கோவிலில் உள்ள

1. மூலவரின் திசை
2. வேலவருக்கு வழங்கப்படும் மரியாதைகள்
3. மூலவரின் திருமேனிக்கான கல்லின் தேர்வு
4. சிலையின் அமைப்பு
5. கடவுளின் பெயர்

ஆகியவை ஏற்படுத்துகின்றன. இவற்றை ஒவ்வொன்றாகப் பார்ப்போம்.

6.7.1. மூலவரின் திசை மாறியது ஏன்?

கோவில்களில் பொதுவாக மூலவர் எந்தத் திசைநோக்கி உள்ளாரோ அந்தத் திசை நோக்கியே வாயில் இருக்கும். கோவில் கட்டப்படுவதே மூலவருக்காகத்தான் என்பதால் கொடிமரம், வாகனம் (நந்தி, கருடன், சிம்மம் போன்றவை) இவை தவிர வாயிலுக்கும் மூலவருக்கும் இடையே எந்த நிரந்தர மறைப்பும் கட்டப்படாது. கதவோடு அமைந்த கோபுரங்களும் வாயில்களும்தான் கட்டப்படும். அவை கருவறை திறக்கப்படும்போது திறக்கப்படும். இதற்கு தஞ்சைப் பெரியகோவில் உட்பட பல எடுத்துக்காட்டுகள் உள்ளன.

ஆனால், திருச்செங்கோடு அர்த்தநாரீஸ்வரர் கோவிலில் மூலவரான அர்த்தநாரீஸ்வரர் குடதிசையான மேற்கு நோக்கி இருக்கிறார். ஆனால் கோவிலின் வாயிலோ கிழக்கு பார்த்து உள்ளது!

மேலும் கிழக்கு வாயில் வழியாக வருபவர்கள் அர்த்தநாரீஸ்வரரைத் திரும்பிப் பார்க்க இயலாத வகையில் ஒரு பெரிய சுவர் கட்டப்பட்டு, அதில் 9 துளைகளுடன் கூடிய கல்லால் ஆன காலதர் (ஜன்னல்) மட்டும் அமைக்கப்பட்டு உள்ளது. இந்தச் சுவருக்குப் பின்னர்தான் அர்த்தநாரீஸ்வரருக்கான அர்த்த மண்டபம் உள்ளிட்ட அனைத்தும் காணப்படுகின்றன. இதன் மூலம் மேற்கு நோக்கிய கடவுளுக்கு மேற்கு நோக்கிய வாயில் இருக்க வேண்டிய இடத்தில்தான் இந்தச் சுவர் கட்டப்பட்டுள்ளது என்பது தெளிவாகும். இந்தக் கட்டமைப்பு மூலவரைச் சிறை வைப்பதற்கு ஒப்பானது ஆகும்.

6.7.2. வேலவருக்கான மரியாதை:

திருச்செங்கோடு அர்த்தநாரீஸ்வரர் கோவிலில்தான் இப்போது செங்கோட்டு வேலவர் சந்நிதி உள்ளது என்றாலும்,

திருச்செங்கோடு மலைக்கு உரிய தெய்வமாக இருப்பவர் முருகனே. மேலும் பூசையில் முதலிடமும் அவருக்குத்தான் கொடுக்கப்படுகின்றது. கே.பழனிச்சாமி புலவர்,

'இம்மலைக்குரிய தெய்வமும் முதற்கண் பூசை கொள்ளும் சிறப்பும் இன்றும் முருகவேளுக்கே இருத்தலால்தான் அப்பெருமையும் உரிமையும் தோன்ற இம்மலை வென்வேலான் குன்று என்று (சிலப்பதிகாரத்திலேயே) கூறப்பட்டதென்பதனையும் தெளிக' என்றும்

'அதிசயப் பொருளாய் மிளிரும் அர்த்தநாரீசருக்கு அங்கு முதற்பூசை இன்றும் இல்லை. என்றும் அம்மலையில் உறைகின்ற முருகப் பெருமானுக்குத்தான் இன்றும் முதற்பூசை. இந்த உண்மை நிலையினை நேரில் கண்டு தெளிக' என்றும் நேரில் சென்று கவனித்து எழுதியுள்ளவற்றை இங்கு நாம் கருத்தில் கொள்ள வேண்டும். எனவே திருச்செங்கோட்டு அர்த்தநாரீஸ்வரர் இன்று மூலவராகக் கூறப்பட்டாலும் அவர் மூலவர் இல்லை.

6.7.3. திருமேனியின் கல் தேர்வு:

சிற்ப நூல்களின்படி மூலவர் திருமேனிகள் பொதுவாக கருங்கல்லில்தான் செய்யப்படும். அரிதாகப் பச்சைக் கல்லில் (மரகதத்தில்) செய்யப்பட்ட திருமேனிகளும் உண்டு (எடுத்துக்காட்டுகள்: உத்தரகோசமங்கை நடராஜர், சப்த விடங்க மரகத லிங்கங்கள் ஏழு). சித்தர்கள் நவபாஷாண திருமேனிகளைச் செய்வார்கள் (எடுத்துக்காட்டுகள்: பழனி முருகன், பூம்பாறை வேலப்பர்). மூலவர்களைச் சுதையால் செய்யும் வழக்கமும் இருந்துள்ளது.

திருவரங்கம், சமயபுரம், அழகர் கோவில், சீர்காழி, மதுரை கூடல் அழகர் கோவில் உள்ளிட்ட கோவில்களில் மூலவர் சிற்பங்கள் சுதையால் செய்யப்பட்டு உள்ளன. திருவட்டாறு, சுசீந்திரம் கோயில்களில் கடு சர்க்கரைக் கலவைச் சிற்பங்கள் உள்ளன. உலாவுக்கு எடுத்துச் செல்லும் உற்சவர் திருமேனிகள் பொதுவாக பஞ்சலோகம் அல்லது செம்பு, வெண்கலத்தில் செய்யப்படும். மரத்தினால் செய்யப்பட்ட உற்சவர்களும் உண்டு.

ஆனால் தமிழகத்தில் பொதுவாக வெள்ளைக் கல்லில் மூலவர், உற்சவர் சிலைகள் செய்யப்படுவது இல்லை (சமீபத்திய ஆகமத்திற்கு உட்படாத கோவில்கள் விதிவிலக்கு. எடுத்துக்காட்டு: சாய்பாபா).

ஆனால், திருச்செங்கோடு அர்த்தநாரீஸ்வரர் கோவிலில் மூலவராக உள்ள அர்த்தநாரீஸ்வரரின் சிலை இவை அனைத்திற்கும் மாற்றாக வெள்ளைக் கல்லால் ஆனது ஆகும். இருப்பினும் கோவிலில் உள்ளவர்கள் இதனை வெள்ளை பாஷாணம் என்கிறார்கள். அது உண்மையாக இருக்க எந்த வாய்ப்பும் இல்லை. அதைப் புரிந்துகொள்ள வெள்ளைப் பாசாணம் எப்படிப்பட்டது என்பதைப் பார்க்க வேண்டும்.

6.7.4. வெள்ளைப் பாசாணம் என்றால் என்ன?

போகர் நூல்களின்படி பாசாணங்கள் மொத்தம் 64. அவற்றில் 32 பாசாணங்கள் இயற்கைப் பாசாணங்கள். அந்த 32 இயற்கைப் பாசாணங்களில் ஒன்றுதான் வெள்ளைப் பாசாணம். ஒவ்வொரு பாசாணத்திற்கும் ஒவ்வொரு பஞ்சபூதத்தின் தன்மை உண்டு என்ற நிலையில் வெள்ளைப் பாசாணம் நீரின் தன்மையைக் கொண்டது.

முருகனின் சிலை செய்ய போகர் பயன்படுத்திய 9 பாஷாணங்களில் இந்த வெள்ளைப் பாசாணமும் ஒன்று என்பதை

'பாங்கான பாடாணம் ஒன்பதினும்
பரிவான விபரம்தான் சொல்லக் கேளு
கௌரி கெந்திச்சீலைமால் தேவி
கொடு வீரம்கச்சால் வெள்ளை
பகர்கின்ற தொட்டினொடு சூதம்சங்கு
பூரணமாய் நிறைந்த சிவசக்தி
நலமான மனோம்மணி கடாட்சதாலே
நண்ணிநீ ஒன்பதையும் கட்டுகட்டு'

என்ற போகர் பாடலால் அறியலாம்.

இதில் கூறப்பட்டுள்ள 9 பாஷாணங்கள்: கௌரிப் பாசாணம், கந்தகப் பாசாணம், சீலைப் பாசாணம், வீரப் பாசாணம், கச்சாலப் பாசாணம், வெள்ளைப் பாசாணம், தொட்டிப் பாசாணம், சூதப் பாசாணம், சங்குப் பாசாணம்.

நவபாசாணம் என்பதை மக்கள் பொதுவாக 9 மருந்துகள் என்று புரிந்து கொள்கிறார்கள். உண்மையில் இதன் பொருள் 9 விஷங்கள் என்பதாகும்! 9 விஷத்தன்மை வாய்ந்த பாசாணங்களை ஒன்றாகக் கலந்து அதன் மூலம் ஒரு மருந்தை உருவாக்குவதுதான் 'நவபாசாணம்' என்பதன் சிறப்பு. அப்படியானால் வெள்ளைப் பாசாணம் என்பது என்ன?

தமிழ்நாடு அரசு சித்தர் அறிவியல் வளர்ச்சிக் குழுவால் பாடநூலாக ஒப்புதல் பெற்று இந்திய மருத்துவத் துறையால் வெளியிடப்பெற்ற 'குணபாடம் தாது-சீவ வகுப்பு' என்ற நூல் வெள்ளைப் பாசாணத்தை,

'வெள்ளைப் பாஷாணம் நிறத்தில் சீமைச் சுண்ணாம்பைப் போலிருக்கும்; தோலில் பட்டால் தடிப்புண்டாகும்; நீர் பட்டால் உள்ளுக்கு இழுத்துக்கொள்ளும்; நெருப்பிலிட புகைந்து வெள்ளைப்பூண்டு வாசனை வீசும்; இது தற்காலம் கிடைப்பது அரிது.' என்று விளக்குகிறது.

எனவே சுண்ணாம்பின் தோற்றத்தில் இயற்கையாகக் கிடைக்கும் ஒரு மருந்துப் பொருள்தான் வெள்ளைப் பாசாணம் (White Arsenic or Arsenic Trioxide). இதில் தண்ணீரை ஊற்றினால் உள்ளே இழுத்துக் கொள்ளும். மனிதனின் தோலில் பட்டால் தடிப்பை உண்டாக்கும். நெருப்பில் பட்டால் புகையும்.

வெள்ளைப் பாசாணத்தை சித்த மருத்துவ நூல்கள் நேரிடையாக விஷம் என்றும், அதன் குறிகளை விஷக்குறி என்றும் அழைக்கின்றன.

'குணபாடம் தாது-சீவ வகுப்பு' நூல் மருந்தில் வெள்ளைப் பாசாணம் அதிகமானால் என்ன ஆகும் என்பதை,

'ஆயுர்வேத வைத்தியர்கள் சுத்தி செய்த தாளகத்தை உருக்கிப் பலகையின் மீது ஊற்றி, ஆறியவுடன் எடுத்துப் பொடித்து, அப்படியே கையாளுகின்றார்கள். இப்படி வறுத்த தாளகத்தில் சிறிய அளவு வெள்ளைப் பாஷாணம் இருப்பதாய்க் கூறப்பட்டிருக்கிறது. வங்காள தேசத்து வைத்தியர்கள், தாளகத்தை வறுத்தால் ஆயுள் குறைகின்றதென்று அதைப் பக்கிரிகளிடமும் சாதுக்களிடமுமிருந்து விலைக்கு வாங்குவதாயும் தெரிகிறது. நிற்க, வறுக்கப்பட்ட தாளகத்தில், சில சமயம் அதிக விஷம், வெள்ளைப் பாடாணத்தின் கூடுதலினால் ஏற்படுகின்றது எனக் கூறப்பட்டிருக்கின்றது. இதற்குக் காரணம் அது செய்முறையைப் பொறுத்தது.' என்று கூறுகின்றது.

மருத்துவத்துறையில் விஷம்கூட மருந்தாகப் பயன்படும். அதனால்தான் பாம்பின் விஷம் அவ்வளவு விலை விற்கிறது என்ற நிலையில் சித்த மருத்துவம், ஆயுர்வேத மருத்துவம், யுனானி மருத்துவம், ஓமியோபதி மருத்துவம் உள்ளிட்ட பல மருத்துவங்களில் வெள்ளைப் பாசாணத்தை மிகக் குறைந்த அளவில் இன்றும் மருந்தாகப் பயன்படுத்துகிறார்கள். ஆனால்

நல்ல உடல்நிலையில் உள்ளவர்கள் இதனைப் பயன்படுத்துவது கூடாது. 'குணபாடம் தாது-சீவ வகுப்பு' நூல் வெள்ளைப் பாசாணத்தின் நஞ்சுத் தன்மையை

'இது சிறிய அளவிலேயே மரணத்தை விளைவிக்கக் கூடியது. உடலுக்குப் பலகாரி செய்கையைப் புரியுமெனினும், அளவுக்கு மிஞ்சிய காலத்தில் மிக்க கொடிய நஞ்சாகும். அதிக அளவில் கொள்ள மரணத்தை விரைவில் விளைவிக்கும். அளவு கடந்த நாட்கள் சிறு அளவில் உபயோகிக்கினும் இது, நாட்பட்ட விடக்குறி குணங்களை விளைவிக்கும்.

விடக்குறி குணம்:

இரத்த முறிவால், சிரங்கு, கொப்புளம் உண்டாதல், கைகால் விரல்கள் வலித்துக் குரங்கு பைசாசங்களின் விரல்களைப் போலாதல், நாளுக்கு நாள் முகத்தில் வீக்கமுண்டாதல், வாய் கசத்தல், மூக்குத் தண்டு வீங்குதல், மேல் வாய் உதடு புண்ணாதல், உள்ளுக்குக் கொண்ட சில நிமிடங்களுக்குள் வாயில் ஒருவிதக் களிம்புச் சுவை உண்டாதல், நீர் சுரத்தல், வாய் புண்ணாதல், வாய் குமட்டல், தொண்டை. நோதல், விழுங்க வொட்டாமை, வயிற்றில் எரிச்சல், வாந்தி பேதி, வாந்தியிலும் பேதியிலும் இரத்தம் காணல், வாந்தியில் குவிச்சு வாசனை வீசல், தாகம், நீர் அடைப்பு, மூர்ச்சித்தல், வியர்த்தல், கையுங்காலும் வியர்த்துத் திமிர்தல், குரக்கு வலி வாய் பிதற்றல், அறிவு மங்கல், தலைநோய், மயக்கம், சில வேளைகளில் உடம்பு முற்றும் ஊதல் ஆகிய பல கொடிய குணங்கள் காணும். சிசிச்சை செய்யாவிடில் மரணம் நேரிடும்.' எனக் குறிப்பிடுகிறது.

ஆனால், இந்தப் பண்புகள் எதுவும் அர்த்தநாரீஸ்வரர் சிலையில் காணப்படவில்லை. தமிழர்கள் இப்படி ஒரு விஷத்தில் சிலை செய்யவும் காரணங்கள் இல்லை. எல்லாவற்றுக்கும் மேலாக அர்த்தநாரீஸ்வரர் கோவில் பணியாளர்களுக்கோ பக்தர்களுக்கோ இங்கு குறிப்பிட்ட எவ்வித நோயும் காணப்படவில்லை. எனவே அர்த்தநாரீஸ்வரர் திருமேனி வெள்ளைப் பாசாணத்தால் செய்யப்படவில்லை, அது வெள்ளைக் கல்லால் செய்யப்பட்டு உள்ளது.

தமிழகத்தில் வெள்ளைக் கல்லால் ஆன ஒரே பழமையான சிலை இதுவாகும். வெள்ளைக் கல் என்பதாலும் மிகப் பழமையானது என்பதாலும் இந்தச் சிலையின் சிற்ப வேலைப்பாடுகள் பெரிதும் அழிந்துள்ளன. இந்தக் கோவில்

சிவன் கோவிலாகும் முன்பே இந்தச் சிலை தொடர் வழிபாட்டால் இப்படி ஆகியிருக்க வேண்டும் (அதைக்காட்டி 'இது உளிபடாத சுயம்பு' என்றும் புராணம் இயற்றி உள்ளனர்).

சேரன் செங்குட்டுவன் கண்ணகிக்கு சிலை வைத்த காலத்தில் தமிழகத்தில் சிற்பக்கலை பெரிதும் வளர்ந்திருக்கவில்லை, அதனால் எந்தவகைக் கற்கள் நீண்டகாலம் நிலைக்கும் என்று அவருக்குத் தெரிந்திருக்க இயலாது. பனிமலையும் வெண்ணிற மலையுமான இமயம் சென்ற சேரன் செங்குட்டுவன் அங்கு வேறு நிறங்களைக் கொண்ட கற்களைக் கண்டிருந்தாலும், இமயத்தின் நிறத்தை பிரதிபலிக்கும் வெள்ளைக் கல்லையே தேர்வு செய்திருப்பார். அதன் எடை இருவர் (கனகர், விசயர்) தூக்கக் கூடியதாக இருந்திருக்கும். அந்த வரையறைகள் அனைத்தும் திருச்செங்கோடு அர்த்தநாரீஸ்வரர் சிலைக்கு அப்படியே பொருந்துகின்றன.

எனவே அர்த்தநாரீஸ்வரர் கோவிலின் வரலாற்றையும், கோவில் அமைப்பையும், சிலை அமைப்பையும், மக்களின் நீண்டகாலப் பழக்கங்களையும், தற்கால நம்பிக்கைகளையும் சிலப்பதிகாரம் கூறும் தரவுகளோடு பொருத்திப் பார்த்தால் திருச்செங்கோடு வேலவன் குன்றத்தில் உள்ள அர்த்தநாரீஸ்வரர் திருமேனிதான், இமய மலையில் கல்லெடுத்து சேரன் செங்குட்டுவன் கண்ணகிக்காக உருவாக்கிய திருமேனி என்ற முடிவு நமக்குக் கிடைக்கின்றது.

6.7.5. சிலையின் அமைப்பு

திருச்செங்கோடு அர்த்தநாரீஸ்வரர் சிலை நின்ற நிலையில், ஒரு கையை ஓங்கி, மதுரை வீதியில் பாண்டியனிடம் நியாயம் கேட்கச் சென்ற கண்ணகியைப் போலவே உள்ளது. ஆனால் சிலம்பு இல்லை.

இந்த முழுச் சிலையின் அமைப்பை அறிய யாரும் அனுமதிக்கப்படவில்லை. அலங்காரத்தோடு எடுக்கப்பட்ட புகைப்படங்கள், மற்றும் கற்பனை கலந்து வரையப்பட்ட ஓவியங்கள் மட்டுமே கிடைக்கின்றன. அவற்றில் அர்த்தநாரீஸ்வரரின் வலது கையில் குச்சி அல்லது கதை போன்ற எதுவோ உள்ளது, இதனை தண்டாயுதம் என்று அழைக்கிறார்கள். அர்த்தநாரீஸ்வரர் குறித்த ஓவியங்கள், கோபுரச் சிற்பங்களில் அது தண்டாயுதம் என்றுதான்

காட்டப்படுகிறது. தண்டாயுதபாணி முருகனே எனும்போது, சிவன் அல்லது அர்த்தநாரீஸ்வரர் ஏன் தண்டாயுதம் வைத்திருக்கிறார் என்பது புரியவில்லை.

படங்கள்: திருச்செங்கோடு அர்த்தநாரீஸ்வரர் ஓவியம், சுதைச் சிற்பம்.

அலங்காரத்தோடு பார்க்கும்போதும், ஓவியங்களிலும் சிற்பங்களிலும் அந்த தண்டாயுதத்தை அர்த்தநாரீஸ்வரர் பிடித்துள்ளதைப் போலத் தோன்றினாலும், அலங்காரம் அதிகம் இல்லாத தோற்றத்தில் அர்த்தநாரீஸ்வரரின் கையை ஒட்டி அந்தக் குச்சி போன்ற பொருள் இருந்தாலும் அதனை அவர் பிடித்திருக்கவில்லை என்பதைத் தெளிவாகக் காணலாம்.

படங்கள்: கையும் தண்டாயுதமும்

ஒருவரால் ஒரு தண்டத்தை (குச்சியை) கையில் பிடிக்காமலும், மேலே தொட்டும் கூட வைத்திருக்க இயலும். அதற்கு அவர் அதனை இடுப்பில் வைக்க வேண்டும். ஆனால் இந்த தண்டாயுதம் அந்தத் திருமேனியின் இடுப்பிலும் இல்லை. தண்டாயுதத்தின் அடிப்பகுதியை பக்தர்களுக்கு மறைத்தே அலங்காரங்கள் செய்யப்படுகின்றன என்றாலும் பழைய புகைப்படங்களில் தண்டாயுதம் திருமேனியின் இடுப்புக்குக் கீழ் செல்வதைக் காண முடிகின்றது.

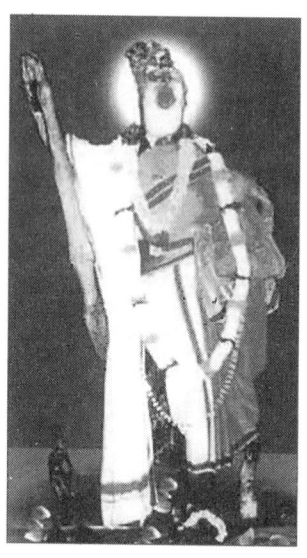

படங்கள்: பழைய படங்களில் தண்டாயுதம் இடுப்பில் இல்லை.

திருச்செங்கோட்டு அர்த்தநாரீஸ்வரர் சிலையின் அமைப்பில் வேறு எந்த அர்த்தநாரீஸ்வரர் சிலையும் தமிழகத்தில் இல்லை என்பதால் அர்த்தநாரீஸ்வரருக்கு ஒரு கையில் என்ன கொடுக்கப்பட்டிருக்கிறது? அது எப்படி நிற்கிறது? என்பனவற்றை அறிய இயலவில்லை.

சிற்பக் கலைஞர்கள் சிலரிடம் இதுகுறித்துப் பேசியபோது, உடலைவிட்டுக் கை வெகுதூரம் தனியே இருந்ததால், அதனைத்தாங்கவே தூண்போல இந்த அமைப்பு உருவாக்கப்பட்டிருக்கலாம் என்று கருத்து தெரிவித்தனர். கையின் மேலே வெள்ளைக் கல் அல்லது தங்கத்தால் ஆன சிலம்பு

கொடுக்கப்பட்டிருந்து பின்னர் காணாமல் போயிருக்கலாம். அந்த திருமேனியை அருகில் சென்று ஆய்வு செய்ய அனுமதி கிடைத்தால் மட்டுமே இதுகுறித்து உறுதி செய்ய இயலும் என்றும் அந்த சிற்பக் கலைஞர்கள் தெரிவித்தனர்.

6.7.6. கடவுளின் பெயர்

திருச்செங்கோடு கோவிலில் மூலவரின் பெயர் அர்த்தநாரீஸ்வரர், அம்மனின் பெயர் பாகம் பிரியாள் என உள்ளது. ஆனால் பொதுமக்கள் அர்த்தநாரீஸ்வரரை 'செங்கோடு பாவாத்தா' என்று அழைக்கின்றனர். அதென்ன பாவாத்தா?

தமிழகத்தில் பெண்களின் சிலைகளைப் பாவை என அழைப்பது வழக்கம் ஆகும் (எடுத்துக்காட்டு: கொல்லிப்பாவை). அந்த வகையில் திருச்செங்கோட்டில் உள்ள பாவைதான் கண்ணகி.

அதுபோலப் பெண் குழந்தைகளுக்கு 'ஆயி' எனப் பெயரிடுவதும் சில இடங்களில் காணப்படும் வழக்கம் ஆகும் (எடுத்துக்காட்டுகள்: மாரியாயி, வேலாயி)

இதனால் திருச்செங்கோடு, நாமக்கல் பகுதியில் பெண்களுக்குப் பரவலாக வைக்கப்படும் பெயராக 'பாவாயி (பாவை+ஆயி)' என்பது காணப்படுகிறது. தமிழகத்தின் வேறு எந்தப் பகுதியிலும் காணப்படாத பெயர் இது. பாவாயி என்ற பெயரில் வாழ்ந்த பலர் இந்தப் பகுதியின் வரலாற்றில் அங்கம் வகிக்கிறார்கள்.

எடுத்துக்காட்டாக, நாமக்கல் மாவட்டம் சேளூரில் சுமார் 300 ஆண்டுகளுக்கு முன்னர் வாழ்ந்தவர் குமாரசாமி. இவர் மனைவியின் பெயர் பாவாயி. குமாரசாமியின் எதிரிகள் பாவாயியையும் இவரது தம்பி கந்தசாமியையும் பற்றித் தவறாகச் சொல்ல அதைக் குமாரசாமியும் நம்பினார். அதனால் பாவாயியை வெட்டிக் கொன்றார். இதைப் பார்த்த தம்பி கந்தசாமி 'பாவாயி எனக்குத் தாயைப் போல, அவங்களையா சந்தேகப்படணும்' என்று சொல்லி நாக்கைப் பிடுங்கிக் கொண்டு இறந்து போனார். தனது தவறை உணர்ந்த குமாரசாமியும் மண்ணில் விழுந்து மாண்டார். இதன் பின்னர் பொதுமக்கள் இந்த மூவரையும் தெய்வமாகத் தொழ ஆரம்பித்தார்கள். மலையப்ப சாமி கோவிலில் இவர்களுக்குத் தனிச் சந்நிதி அமைத்து வழிபாடு நடக்கிறது. சேளூரைச்

சுற்றியுள்ள 18 கிராம மக்களும் இவர்களை இப்போதும் வழிபடுகிறார்கள். இப்படிப் பல பாவாயிகள் இங்கு உள்ளனர்.

இந்தப் பாவாயிகளின் அன்னை(ஆத்தாள்)தான் பாவாத்தாள் ஆவார். அதாவது பாவாத்தாள் கண்ணகி, பாவாயிகள் கண்ணகியின் மகள்கள். இதுபோல, மாரியாத்தாள்-மாரியாயி, வேலாத்தாள் - வேலாயி என பிற பெயர்களைத் தொடர்புபடுத்தலாம். இந்தப் பெயரில்தான் அர்த்தநாரீஸ்வரர் இன்றும் அழைக்கப்படுகிறார் என்பதற்கு வேறு என்ன காரணம் இருக்கும் என்று தெரியவில்லை.

6.8. எப்போது நடந்தது மாற்றம்?

கி.பி.7ஆம் நூற்றாண்டில் சம்பந்தர் தேவாரம் பாடியதுதான் அர்த்தநாரீஸ்வரர் கோவில் குறித்த முதல் குறிப்பு ஆகும். எனவே கண்ணகி திருமேனியை அர்த்தநாரீஸ்வரராக்கும் முடிவும் இந்தக்காலத்தில் எடுக்கப்பட்டிருக்கக் கூடும். ஆனால், அதற்கான கல்வெட்டுச் சான்றுகளும் பழைய கோவிலும் இப்பொழுது நம்மிடம் இல்லை.

திருச்செங்கோடு அர்த்தநாரீஸ்வரர் கோவில்தான் கண்ணகிக் கோட்டம் என்பதை எனக்கு முன்பே அறிந்த கே.பழனிச்சாமி புலவர் அவர்கள் இது குறித்து தான் கண்டறிந்த சான்று ஒன்றை 'கொங்குச் செல்வி' நூலில் குறிப்பிடுகிறார்,

'சோழர் அரசரைப் போற்றிய திருக்கண்ணர் பரம்பரை இரண்டு நூற்றாண்டுகளுக்குள் அறுபது ஊர்களில் தலைவராக அறுபது தண்டிகை செலுத்தும் பெரும் பதம் பெற்றார்கள். அறுபது தண்டிகையினராக வாழ்ந்த இவர்கள், சிவ பக்தியிலும், அடியார் பக்தியிலும் சிறந்து விளங்கினார்கள். இவர்கள் வாழ்ந்த காலம் சுமார் எட்டாம் நூற்றாண்டு என்று கூறுதல் மிகையாகாது.

இவர்கள் வாழ்ந்த காலத்தில், சைவ சமயத்தை நாடெங்கும் பரப்பிய சிவமணக்குந் திருவாயார், திருஞானசம்பந்தர், இத் திருச்செங்குன்றுக்கு எழுந்தருளினார். நாடெங்கும் புகழ அடியார் குழுவுடன் வந்தருளிய அடிகளை இங்கு வாழ்ந்த சோழருக்குரிய குறுநில மன்னர்களாகிய கண்ணர்கள், எதிர் கொண்டு அழைத்து உபசரிததனர். தங்கள் பகுதியில் உள்ள சிவாலயங்கள் பலவற்றைக் காட்டினதோடன்றித் திருச்செங்குன்றின் மேலிடத்தும் அழைத்துச் சென்றனர். சென்று சேர்ந்த அவர், சேரமன்னனால் நிலை பெறுத்திய பத்தினி தேவியின் படிவத்தைக் கண்ணுற்றார். கண்ணுற்ற அவர்,

அருகில் உள்ள கண்ணர்களை அழைத்து இஃது என்ன படிவம் என்று வினவினர். போர்க்களமாக இருந்ததாலும், வழிபாட்டு முறையில் சேராத நிலையில் கீர்த்தி பெறாத நிலையாலும் இப்படிவத்தை நன்கு அ றியாத கண்ணர்கள், பாதி பெண் வடிவமாக இருந்த நிலையால் இப்படிவத்தை அர்த்தநாரி என்று கூறினர். பார்த்த இடமெங்கும் பரசிவம் காணும் அவருக்கு அப்படிவம், அம்மையும் அப்பரும் ஆதம் மாதொருபாகனாகக் காட்சியளித்தது. அக்காட்சியால் வசப்பட்ட அவர், உடனே ஒரு பதிகம் பாடத் தொடங்கினார். அப்பதிகத்தில், பாதி அம்மைக்கும், பாதி அப்பருக்கும்ஆகப் பாடினார்.

சிவமணம் பரப்பும் பெரியாராகிய அவர், ஆங்கிருந்த கண்ணர்களை பார்த்து “இவர் மாதொருபாகர். இவருக்கு ஆகும் நன்மைகளைச் செய்து நலம் அடைவீராக” என்று கட்டளையிட்டார். பூசை முறைகளை ஒழுங்குறச் செய்வதற்கு ஆதி சைவக் குருக்களை வரவழைத்தார்; கண்ணர்களின் உதவியால் வேண்டிய தான தர்மங்களை அர்த்த நாரீசர் என்ற பெயரால் செய்வித்து, அத்தர்மாசனங்கலைக் கல்லில் எழுதும்படி செய்வித்தார்; கல்லில் எழுதி அர்த்தநாரீசர் என்ற பெயரை நிலை நாட்டினார். நாட்டிய அவர் அர்த்தநாரியைச் சிவமாக்கிச் சிவ மணம் கமழச் செய்து அவ்விடத்தை விட்டு அகன்றார்; அந்த நாள் முதல் முரிமார்பக கண்ணகியார், அர்த்தநாரீசர் ஆகக் கொங்குக்குரிய குடமலையில் காட்சியளிக்கின்றார். இவை, கண்ணர்களில் ஏனாதிப்பட்டத்துடன் கன்னி வாடியில் வாழ்ந்த கல்வி சான்ற கண்ணர் ஒருவர் வீட்டுப் பழஞ்சுவடியில் யான் கண்டதாகும்.’ *இந்த சான்றை முழுதும் ஏற்காவிட்டாலும் இது குறித்து மேலும் ஆய்வு செய்வது அவசியம் ஆகும்.*

கே.பழனிச்சாமி புலவர் தவிர மயிலை சீனி வேங்கடசாமி அவர்களும் திருச்செங்கோட்டில் உள்ளது கண்ணகி கோட்டம் என்றே நம்பினார். தனது கட்டுரையொன்றில் திருச்செங்கோட்டில் உள்ள அர்த்தநாரீஸ்வரர் கோவில்தான் கண்ணகி கோவில் என்றும், அதனைப் பின்னர் விளக்குவதாகவும் அவர் எழுதியிருந்தார். ஆனால் என்ன காரணத்தாலோ அது குறித்த ஆய்வை அவர் முடித்து வெளியிடவில்லை.

தமிழக அரசும், இந்து சமய அறநிலையத்துறையும், தொல்லியல்துறையும் இணைந்து முறைப்படி திருச்செங்கோடு கோவிலின் அர்த்தநாரீஸ்வரர் திருமேனியை ஆய்வு செய்தால் இந்த வெள்ளைக் கல் திருமேனி எந்த மலையின் கல்லால்

ஆனது என்பதையும் எந்தக் காலத்தில் அது செதுக்கப்பட்டது என்பதையும் அறியலாம். ஆனால் இதற்கு மக்களும் உரிய அழுத்தம் கொடுக்க வேண்டும்.

ஏனெனில் இப்போது கேரளாவின் கட்டுப்பாட்டில் உள்ள மங்கலதேவி கோவிலிலும் முன்னர் கண்ணகி சிலை இருந்தது. ஆய்வாளர் சி.கோவிந்தராசன் அவர்கள் 17 ஆண்டுகள் கடினமாக உழைத்துதான் மங்கலதேவி கோவிலையும் அங்குள்ள சிலையையும் கண்டுபிடித்தார். அந்தச் சிலையைத் தமிழக அரசிடமும் கொடுத்தார். அந்தச் சிலையின் கல்லும் சுற்றுப்புறக் கற்களில் இருந்து மாறுபட்டதாக, இமயமலையின் கல்லை ஒத்ததாக இருந்ததாகத் தெரிவித்தார் (இந்தச் சிலை சேரன் செங்குட்டுவன் உருவாக்கியது என அவர் நினைத்தார், எனது ஆய்வின்படி அது கோசர்களால் கொங்கில் வைக்கப்பட்ட சிலையாகத் தெரிகிறது). ஆனால் அது குறித்து உரிய ஆய்வுகள் நடத்தப்படாமலேயே அந்தச் சிலை காணாமல் போனது. இப்போது மங்கல தேவி கோவிலில் பக்தர்கள் மஞ்சளில் கண்ணகியின் உருவம் பிடித்துதான் வழிபடுகிறார்கள்.

இது தவிர தமிழகக் கோவில்களில் பல்வேறு திருமேனிகள் காணாமல் போவது நாம் அறிந்ததே. இவை போகச் செப்பேடுகள், கல்வெட்டுப்படிகள், ஓலைச் சுவடிகள் உள்ளிட்டவையும் தொடர்ந்து காணாமல் போகின்றன (இவற்றின் விவரங்களை எனது ஆதித்த கரிகாலன் கொலை நூலில் கொடுத்துள்ளேன்). இந்த வழக்குகளில் தமிழகத்தில் இருந்து திருட்டுக்கு உதவியவர்கள் யாரும் இதுவரை கைது செய்யப்பட்டது இல்லை என்பதோடு, குற்றச்சாட்டுக்கு உள்ளானவர்களுக்கு தமிழக அரசின் உதவிகளும் விருதுகளும் தொடர்ந்து வழங்கப்படுவதும் முரண்பாடாக உள்ளது.

இந்த நிலையில் திருச்செங்கோட்டில் உள்ள இன்றும் கண்ணகியைத் தெய்வமாக வழிபடும் மக்களை நம்பியும், தமிழ்த் தேசியர்களின் வரலாற்று விழிப்புணர்வை நம்பியுமே இந்த மிக முக்கியத்துவம் வாய்ந்த வரலாற்றுத் தகவலை இந்நூலில் பகிர்கிறேன். தமிழர் தம் நாட்டிற்காகவும் தமிழ்த் தேசிய எழுச்சிக்காகவும் 2300 ஆண்டுகளுக்கும் மேலாகக் காத்திருக்கும் கண்ணகியைத் தமிழர்கள் மீட்போம் என நம்புகிறேன்.

~

மேற்கோள் நூல்கள்:

1. சிலப்பதிகாரம், இளங்கோவடிகள்
2. சிலப்பதிகாரம், அரும்பத ஆசிரியர் உரை
3. சிலப்பதிகாரம், புலியூர்க் கேசிகன் உரை
4. மணிமேகலை, சீத்தலைச் சாத்தனார்
5. தொல்காப்பியம், தொல்காப்பியர்
6. தொல்காப்பியம், நச்சினார்க்கினியார் உரை
7. தொல்காப்பியம், தெய்வச்சிலையார் உரை
8. அகநானூறு
9. புறநானூறு
10. நற்றிணை
11. ஐங்குறுநூறு
12. குறுந்தொகை
13. கலித்தொகை
14. பரிபாடல்
15. மலைபடுகடாம், இரணிய முட்டத்துப் பெருங்குன்றூர்ப் பெருங்கௌசிகனார்
16. பழமொழி நானூறு, முன்றுறை அரையனார்
17. திரிகடுகம், நல்லாதனார்
18. சிறுபாணாற்றுப்படை, நத்தத்தனார்
19. புறப்பொருள் வெண்பாமாலை, ஐயனாரிதனார்
20. திருக்குறள், திருவள்ளுவர்
21. திருக்குறள், பாவேந்தர் பாரதிதாசன் உரை
22. திருக்குறள், மணக்குடவர் உரை

23. திருக்குறள், மு.வரதராசனார் உரை

24. திருக்குறள், கலைஞர் கருணாநிதி உரை

25. சீவகசிந்தாமணி, திருத்தக்க தேவர்

26. கம்பராமாயணம், கம்பர்

27. கொங்குச் செல்வி, கே.பழனிச்சாமிப் புலவர்

28. தமிழியற் கட்டுரைகள், ஞா.தேவநேயப் பாவாணர்

29. சேரமன்னர் வரலாறு, ஔவை துரைசாமிப் பிள்ளை

30. மட்டக்களப்பு மான்மியம் ஓர் ஆராய்ச்சி, தனபாக்கியம் குணபாலசிங்கம்

31. ஆசீவகமும் ஐயனார் வரலாறும், க.நெடுஞ்செழியன்

32. சிலம்பின் காலம், இராம கி

33. தமிழக வரலாறு கோசர்கள், புலவர் கா.கோவிந்தராசன்

34. தமிழக வரலாறு சங்ககாலம் - அரசர்கள், புலவர். கா.கோவிந்தனார்

35. கோசர், இராகவையங்கார்

36. தமிழகம் ஊரும் பேரும், ரா.பி.சேதுப்பிள்ளை

37. கேரளத்தில் கண்ணகி வழிபாடு, அ.க.பெருமாள், செந்தீ நடராசன்

38. கண்ணகி வழக்குரை, பதிப்பாசிரியர்: எஃப்.எக்ஸ். சி.நடராசா

39. சிலம்போ சிலம்பு, பேரா. சுந்தரசண்முகனார்

40. 1800 ஆண்டுகளுக்கு முற்பட்ட தமிழகம், வி.கனகசபைப் பிள்ளை

41. கால ஆராய்ச்சி, மா.இராசமாணிக்கனார்

42. ஆய்வுக்களஞ்சியம் திருச்செங்கோடு, கொடுமுடி சண்முகப் பிரகதம்

43. குணபாடம் தாது - சீவ வகுப்பு, இந்திய மருத்துவத் துறை வெளியீடு.

44. ஆதித்த கரிகாலன் கொலை, இரா.மன்னர் மன்னன்

45. பல்லவர் வரலாறு, இரா.மன்னர் மன்னன்

46. வரலாற்றில் சில திருத்தங்கள், இரா.மன்னர் மன்னன்

47. பணத்தின் பயணம், இரா.மன்னர் மன்னன்

48. மாமூலனாரின் காலம், கணியன் பாலன்
49. கண்ணகி மதுரையை எரித்தது எவ்வளவு தூரம் உண்மை?, ஈ.வி.குகநாதன்
50. மணிமேகலைபற்றி, கே.டி.கே.தங்கமணி
51. கண்ணகி மரபு: தமிழ் இன அடையாள உருவாக்கமும் அடையாள அழிப்பின் அரசியலும், சிலம்பு நா.செல்வராசு
52. பெருகட்டும் கண்ணகி அம்மன் வழிபாடு, தொகுப்பாசிரியர்: யாணன்
53. தென்னிந்தியக் கல்வெட்டுகள், தொகுதி 13
54. தென்னிந்தியக் கல்வெட்டுகள், தொகுதி 19
55. கிங் ஹென்றி, சேக்ஸ்பியர்
56. *The Panchatantra: The Book of India's Folk Wisdom*, Patrick Olivelle.
57. பெருங்கதை, கொங்குவேளிர்
58. பஞ்சதந்திரக்கதைகள்.
59. இராசவழி
60. மகாவம்சம்
61. மட்டக்களப்பு மான்மியம், பதிப்பாசிரியர்: எஃப்.எக்ஸ். சி.நடராசா
62. தமிழ்ப் பேரகராதி
63. பழந்தமிழர் நீட்டலளவை, இராம கி
64. மயிலை சீனி வேங்கடசாமி ஆய்வுக்கட்டுரைகள், தொகுதி 18.

★